ഇത് നമ്മുടെ ബഹിരാകാശം

ithu nammude bahirakasham

•

p radhakrishnan

•

first edition
september 2007

•

fourth edition
february 2016

•

fifth edition
march 2017

•

sixth edition
december 2018

•

second impression
january 2021

•

published & typesetting
chintha publishers, thiruvananthapuram

•

cover
anil vega

വിതരണം

ദേശാഭിമാനി ബുക്ക് ഹൗസ്

H O തിരുവനന്തപുരം-695 035
phone: 0471-2303026, 6063026
www.chinthapublishers.com
chinthapublishers@gmail.com

ബ്രാഞ്ചുകൾ

ഹെഡ്ഓഫീസ് ബ്രാഞ്ച് കുന്നുകുഴി • സ്റ്റാച്യു തിരുവനന്തപുരം • കെ എസ് ആർ ടി സി ബസ് സ്റ്റേഷൻ ആലപ്പുഴ • കെ എസ് ആർ ടി സി ബസ് സ്റ്റേഷൻ എറണാകുളം • മച്ചിങ്ങൽ ലെയ്ൻ തൃശൂർ • ഐ ജി റോഡ് കോഴിക്കോട് • മാവൂർ റോഡ് കോഴിക്കോട് • എൻ ജി ഒ യൂണിയൻ ബിൽഡിങ് കണ്ണൂർ • സെൻട്രൽ ബസ് ടെർമിനൽ കോംപ്ലക്സ് താവക്കര കണ്ണൂർ

CR - VV. 19 / 1976 / 4840
ISBN - 978-93-85045-92-9

ഇത് നമ്മുടെ ബഹിരാകാശം

പി രാധാകൃഷ്ണൻ

ചിന്ത പബ്ലിഷേഴ്സ്
തിരുവനന്തപുരം-695 035

പി രാധാകൃഷ്ണൻ

1943 ഒക്ടോബർ 2 ന് തിരുവനന്തപുരത്ത് ജനനം. മോഡൽ സ്കൂൾ, ഇന്റർ മീഡിയറ്റ് (ഇന്നത്തെ ആർട്ട്സ്) കോളേജ്, യൂണിവേഴ്സിറ്റി കോളേജ് എന്നിവിടങ്ങളിൽ വിദ്യാഭ്യാസം. 1965 ൽ ഫിസിക്സിൽ ബിരുദാനന്തര ബിരുദത്തിനുശേഷം മഹാത്മാഗാന്ധി കോളേജിൽ ഒരുവർഷം അധ്യാപനം.

1966 ൽ തുമ്പ ഇക്വറ്റോറിയൽ റോക്കറ്റ് ലോഞ്ചിങ് സ്റ്റേഷനി (TERSLS)ൽ ചേർന്നതിനുശേഷം ബഹിരാകാശ സാങ്കേതികവിദ്യയുടെ വിവിധ മേഖലകളിൽ പ്രവർത്തിച്ചു.

1985 ൽ നാസ (NASA) യുടെ സ്പേസ് ഷട്ടിലിൽ ബഹിരാകാശ യാത്രയ്ക്കായി തെരഞ്ഞെടുക്കപ്പെട്ട് പരിശീലനം നേടിയെങ്കിലും, 1986 ജനുവരിയിലെ ചലഞ്ചർ ദുരന്തത്തെത്തുടർന്ന് ബഹിരാകാശ യാത്ര റദ്ദ് ചെയ്യാനിടയായി.

2003 ൽ വലിയമലയിലെ ലിക്വിഡ് പ്രൊപൽഷൻ സിസ്റ്റംസ് സെന്ററി (LPSC) ൽ നിന്ന് ഡപ്യൂട്ടി ഡയറക്ടറായി വിരമിച്ചു.

ശാസ്ത്രബോധനം (Science communication), ശാസ്ത്രപ്രഭാഷണങ്ങൾ, ശാസ്ത്ര ക്ലാസുകൾ എന്നിവ മുഖ്യ വിനോദം.

ഭാര്യ	:	രുദ്രായണി
മക്കൾ	:	ലക്ഷ്മി, ഗൗതം
മേൽവിലാസം	:	നിർവൃതി, വഴുതക്കാട്, തിരുവനന്തപുരം-695014 ഫോൺ : 2321121 e-mail : rad432001@yahoo.com

ഉള്ളടക്കം

1

നമ്മുടെ അന്തരീക്ഷം

കര, കടൽ, വായുമണ്ഡലം അഥവാ അന്തരീക്ഷം എന്നിവ നമ്മുടെ പരിസ്ഥിതിക്രമത്തിലെ പ്രധാന ഘടകങ്ങളാണല്ലോ. ജീവന്റെ നിലനിൽപ്പിന് ഒഴിച്ചുകൂടാൻ വയ്യാത്ത വസ്തു ആയതുകൊണ്ടായിരിക്കണമല്ലോ ഓക്സിജനെ നാം പ്രാണവായു എന്നു വിളിക്കുന്നത്. അന്തരീക്ഷത്തിന്റെ 21% ഓക്സിജനും 78% നൈട്രജനും ശേഷിക്കുന്നത് കാർബൺ ഡൈ ഓക്സൈഡ്, നീരാവി എന്നിവയും ആണെന്ന് നമുക്കറിയാം.

വായുവിലൂടെ പക്ഷികൾ പറക്കുന്നതു കണ്ടപ്പോഴാണ് നമുക്കും പറക്കണം എന്നൊരു മോഹം നമ്മളിലുദിച്ചത്. ഈ സ്വപ്നത്തിന്റെ സാക്ഷാത്കാരമാണല്ലോ വിമാനം. പ്രഥമ വിമാനത്തിന്റെ കണ്ടുപിടുത്തത്തിനുശേഷം നൂറിലേറെ വർഷങ്ങൾ കഴിഞ്ഞിരിക്കുന്നു. വായുമണ്ഡലത്തിലേക്കുള്ള ആദ്യത്തെ കാൽവയ്പായിരുന്നു വിമാനം. 50വർഷത്തിനകം ബഹിരാകാശത്തിലൂടെ സഞ്ചരിക്കുന്ന റോക്കറ്റുകൾ നമുക്കു സ്വന്തമായി.

അന്തരീക്ഷം ഭൂമിയെ വലയംചെയ്തു നിൽക്കുന്നു. ഭൗമോപരിതലത്തിൽനിന്നു മുകളിലേക്കുയരുമ്പോൾ അന്തരീക്ഷത്തിന്റെ സാന്ദ്രത ക്രമമായി കുറഞ്ഞുവരുന്നു. നാം അന്തരീക്ഷമർദ്ദത്തെക്കുറിച്ച് പലപ്പോഴും സൂചിപ്പിക്കാറുണ്ടല്ലോ. എന്താണീ അന്തരീക്ഷമർദ്ദം? ഭൗമോപരിതലത്തിൽ ഒരു ചതുരശ്രമീറ്ററിൽ അന്തരീക്ഷം പ്രയോഗിക്കുന്ന ബലം തന്നെ. മറ്റൊരു രീതിയിൽ പറഞ്ഞാൽ, ഒരു ചതുരശ്രമീറ്റർ വിസ്തീർണ്ണമുള്ള ഒരു പ്രതലത്തിന് നേരെ മുകളിലുള്ള വായുസ്തംഭത്തിന്റെ (air column) ഭാരമാണ് അന്തരീക്ഷമർദ്ദം. സ്തംഭത്തിന്റെ ഉയരം, സാന്ദ്രത, ഭൂഗുരുത്വത്വരണം (acceleration due to gravity) എന്നിവയെ ആശ്രയിച്ചിരിക്കും മേൽപ്പറഞ്ഞ അന്തരീക്ഷമർദ്ദം. മുകളിലേക്കു പോകുന്തോറും വായുവിന്റെ സാന്ദ്രത കുറഞ്ഞുകൊണ്ടിരിക്കുന്നു. അതോടൊപ്പം അന്തരീക്ഷമർദ്ദവും കുറയുന്നുവെന്നു മനസ്സിലാക്കാൻ പ്രയാസമില്ലല്ലോ.

അന്തരീക്ഷത്തിന്റെ മൊത്തം ഭാരത്തിന്റെ 99.9%വും ആദ്യത്തെ 50 കിലോമീറ്ററിലുള്ള വായുവിന്റെ സംഭാവനയാണ്. 70 കിലോമീറ്റർ ആകുമ്പോഴേക്കും ഇത് 99.99% ആയിക്കഴിഞ്ഞിരിക്കും. അങ്ങനെ നേർത്തുനേർത്ത് ഒടുവിൽ അന്തരീക്ഷം ബഹിരാകാശവുമായി സമ്മേളിക്കുന്നു. അതിനാൽ അന്തരീക്ഷം എവിടെ അവസാനിക്കുന്നു, ബഹിരാകാശം എവിടെത്തുടങ്ങുന്നു എന്ന് കൃത്യമായിപ്പറയുക സാധ്യമല്ല.

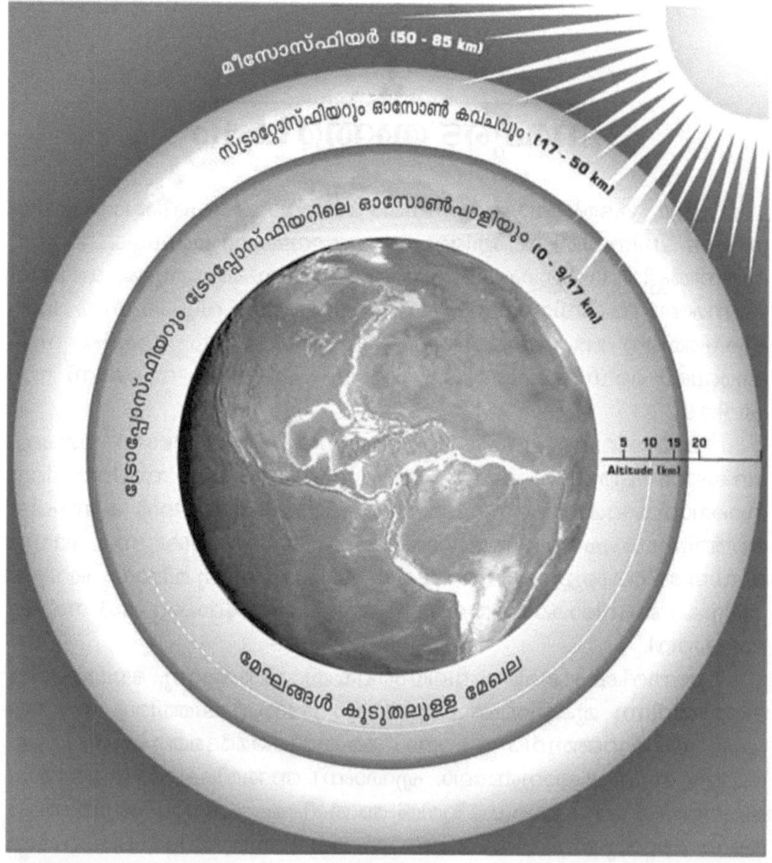

അന്തരീക്ഷം

എക്സോസ്ഫിയർ
(അന്തരീക്ഷത്തിലെ ഏറ്റവും ഉയർന്ന തലം. ഇതിലെ നേർത്ത വാതകങ്ങൾ സാന്ദ്രത കുറഞ്ഞുകുറഞ്ഞ് ശൂന്യതയുമായി സമ്മേളിക്കുന്നു)
കൃത്രിമോപഗ്രഹം
തെർമോസ്ഫിയർ
(വാതകങ്ങൾ അൾട്രാവയലറ്റ് കിരണങ്ങൾ ആഗിരണം ചെയ്ത് ചൂടുപിടിക്കുന്നതിനാൽ താപനില വളരെ കൂടുതൽ. വൈദ്യുതചാർജുള്ള വാതകങ്ങളാൽ നിർമ്മിക്കപ്പെട്ട അയണോസ്ഫിയർ. റേഡിയോ തരംഗങ്ങളെ പ്രതിഫലിപ്പിക്കുന്നു.)
നിശാദ്യുതി
ബഹിരാകാശപേടകം
ഉൽക്കകൾ
സ്ട്രാറ്റോപോസ്
(സ്ട്രാറ്റോസ്ഫിയറിനെയും മീസോസ്ഫിയറിനെയും വേർതിരിക്കുന്നു.)
മീസോസ്ഫിയർ
(നേർത്ത വാതകങ്ങളുടെ മേഖല. താപനില - 110° C വരെ താഴുന്നു.)
ഓസോൺപാളി
(ആപൽക്കരമായ വികിരണങ്ങളിൽനിന്ന് ഭൂമിയെ രക്ഷിക്കുന്നു.)
സ്ട്രാറ്റോസ്ഫിയർ
(അന്തരീക്ഷവാതകങ്ങളുടെ 19% ഉൾക്കൊള്ളുന്ന മേഖല. എയർലൈനറുകൾക്ക് സുഗമമായി സഞ്ചരിക്കാവുന്ന ശാന്തമേഖല.)
ട്രോപോപോസ്
(ട്രോപോസ്ഫിയറിനെയും സ്ട്രാറ്റോസ്ഫിയറിനെയും വേർതിരിക്കുന്നു.)
സമുദ്രനിരപ്പ്
ട്രോപോസ്ഫിയർ
(12 കിലോമീറ്റർ വരെ ഉയരത്തിൽ വ്യാപിച്ചു നിൽക്കുന്നു. അന്തരീക്ഷവാതകങ്ങളിൽ 75 ശതമാനത്തോളം ഇതിന്റെ ഭാഗം. ജീവജാലങ്ങളുടെ സ്വാഭാവിക സാന്നിധ്യം നിലനിൽക്കുന്ന ഒരേയൊരു മേഖല.)

എന്നിരുന്നാലും, 100 കിലോമീറ്ററിന് പുറത്തേക്കുള്ള പ്രദേശത്തെയാണ് ബഹിരാകാശമെന്ന് 'ഔദ്യോഗിക'മായി ഇന്നു നിർവചിച്ചിട്ടുള്ളത്.

വിവിധ ഉയരങ്ങളിൽ അന്തരീക്ഷത്തിന്റെ ഊഷ്മാവ്, ഘടന തുടങ്ങിയവ വ്യത്യസ്തമായിരിക്കുന്നു. ഇതിന്റെ അടിസ്ഥാനത്തിൽ, നമ്മുടെ അന്തരീക്ഷത്തെ വിവിധ തട്ടുകളായി തരംതിരിച്ചിട്ടുണ്ട്.

ഊഷ്മാവ്

ഭൂമിയിൽനിന്ന് 8 മുതൽ 16 കിലോമീറ്റർവരെ വ്യാപിച്ചുകിടക്കുന്ന ഏറ്റവും താഴെയുള്ള അന്തരീക്ഷഭാഗമാണ് ട്രോപോസ്ഫിയർ (troposphere). അക്ഷാംശത്തെയും (latitude) കാലാവസ്ഥയെയും ആശ്രയിച്ച് ഈ ഉയരത്തിനു ചെറിയ വ്യത്യാസം വരാറുണ്ട്. നാം കാണുന്ന മേഘങ്ങളെല്ലാംതന്നെ ഈ പ്രദേശത്താണ് ഉണ്ടാകുന്നത്. കാലാവസ്ഥയിലെ പ്രത്യക്ഷ വ്യതിയാനങ്ങൾക്കു മുഖ്യകാരണം അന്തരീക്ഷത്തിലെ ഈ തട്ടിലെ പ്രക്രിയകളാണ്.

ഓരോ കിലോമീറ്റർ മുകളിലേക്ക് പോകുമ്പോഴും വായുവിന്റെ ഊഷ്മാവ് 6.5°C കണ്ട് കുറഞ്ഞുകൊണ്ടേയിരിക്കുന്നു എന്നതാണ് ട്രോപോസ്ഫിയറിന്റെ സവിശേഷത. ഭൂമിയുടെ ഉപരിതലത്തിൽ ഊഷ്മാവ് ഏകദേശം 27°C ആണെന്നു നമുക്കറിയാം. ട്രോപോസ്ഫിയറിന്റെ മുകളിലുള്ള അതിരാണ് ട്രോപോപോസ് (tropopause). ഇവി

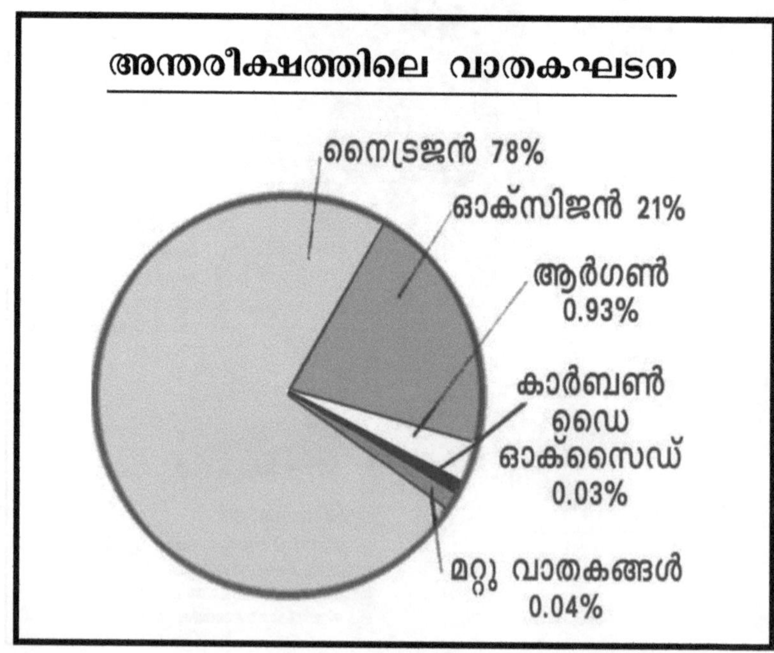

ടെയെത്തുമ്പോഴേക്കും ഊഷ്മാവ് -75°C ആയി താണിരിക്കും.

ഇതിനു മുകളിലാണ് സ്ട്രാറ്റോസ്ഫിയർ (stratosphere). ഉയരം കൂടുമ്പോൾ ഇവിടെ ഊഷ്മാവ് വർദ്ധിക്കുകയാണ് ചെയ്യുന്നത്. 50 കിലോമീറ്റർവരെ വ്യാപിക്കുന്ന ഈ തട്ടിന്റെ അതിരിനെ സ്ട്രാറ്റോപോസ് (stratopause) എന്നു വിളിക്കുന്നു. ഊഷ്മാവ് ക്രമമായി ഉയർന്ന് ഈ ഭാഗത്ത് 0°C യിലേക്ക് എത്തിച്ചേർന്നിരിക്കും. ട്രോപോസ്ഫിയറിനെ അപേക്ഷിച്ചു നിഷ്ക്രിയമാണ് സ്ട്രാറ്റോസ്ഫിയർ. അതിനാൽ നമ്മുടെ കാലാവസ്ഥയിൽ അതിനുള്ള സ്വാധീനവും വളരെച്ചെറുതായിരിക്കുന്നു.

50 മുതൽ 85 കിലോമീറ്റർ വരെയുള്ള പ്രദേശം മെസോസ്ഫിയർ (mesosphere) എന്നറിയപ്പെടുന്നു. ഇവിടെയാണെങ്കിൽ ഊഷ്മാവ് കുറഞ്ഞുകൊണ്ടിരിക്കുകയുമാണ്. ഇതിന്റെ പരിധിയെക്കുറിക്കുന്ന മെസോപ്പോസിൽ (mesopause) ഊഷ്മാവ് -75°Cയോളം താഴ്ന്നതാണ്.

ഇതിനു മുകളിൽ തെർമോസ്ഫിയർ (thermosphere) ആണ് സ്ഥിതിചെയ്യുന്നത്. 85 കിലോമീറ്ററിൽ തുടങ്ങി 300 കിലോമീറ്റർവരെ ഊഷ്മാവ് ക്രമമായി വർദ്ധിച്ചുകൊണ്ടിരിക്കുന്നു. അതിനപ്പുറം ഊഷ്മാവിന് ഗണ്യമായ മാറ്റം കാണുന്നില്ല. സമയം (നേരം), അക്ഷാംശം, സൗരപ്രക്രിയ (solar-activity)കളുടെ കാഠിന്യം എന്നിവയ്ക്ക് അനുസരിച്ച് തെർമോസ്ഫിയറിലെ ഊഷ്മാവിന് വ്യത്യാസമുണ്ടാകുന്നുണ്ട്. സൂര്യകളങ്കപ്രതിഭാസത്തിന്റെ (sunspot activity)പാരമ്യത്തിൽ ഊഷ്മാവ് 1250°C വരെ ഉയരുന്നതായി കാണാം. എന്നാൽ ഈ പ്രതിഭാസം ഏറ്റവും കുറഞ്ഞിരിക്കുന്ന കാലത്ത് ഊഷ്മാവ് 750°C-ഓളം താഴുകയും ചെയ്യുന്നു. സൂര്യകളങ്ക പ്രതിഭാസത്തിന്റെ ആവർത്തനകാലം (sunspot cycle) ഏകദേശം 11 വർഷമാണ്.

അന്തരീക്ഷത്തിന്റെ ഉന്നതതലങ്ങളിൽ സാന്ദ്രത തുലോം കുറവായിരിക്കുമെന്ന് നാം കണ്ടു. ഇവിടത്തെ ഊഷ്മാവിനെക്കുറിച്ചു പ്രതിപാദിക്കുമ്പോൾ, ഒരു ഊഷ്മമാപിനിയിൽ (thermometer) അളക്കാവുന്നതല്ല ഇതെന്ന് പ്രത്യേകം ഓർക്കേണ്ടതായുണ്ട്. ഭൂമിയുടെ ഉപരിതലത്തിനടുത്തുള്ള വായുവിന്റെ ഊഷ്മാവ് അളക്കാൻ ഊഷ്മമാപിനി ഉപയോഗിക്കുമ്പോൾ, വായുവിന്റെ തന്മാത്രകൾ നിരന്തരം മാപിനിയുടെ ബൾബിൽ (bulb) വന്നിടിച്ചുകൊണ്ടിരിക്കുകയാണ്. അതിന്റെ ഫലമായി ബൾബ് ചൂടാകുകയും നമുക്ക് ഊഷ്മാവിനെക്കുറിച്ച് സൂചന ലഭിക്കുകയും ചെയ്യുന്നു. യഥാർത്ഥത്തിൽ, വാതകതന്മാത്രകളുടെ ദ്രുതചലനം കൊണ്ടുണ്ടാകുന്ന ചലനോർജ്ജം (kinetic energy) ആണ് ഊഷ്മമാപിനിയുടെ ബൾബിൽ വന്നിടിക്കുമ്പോൾ താപോർജ്ജമായി പരിവർത്തനം ചെയ്യപ്പെടുന്നത്. എന്നാൽ തെർമോസ്ഫിയറിലെ സാന്ദ്രത കുറഞ്ഞ വാതകത്തിലെ തന്മാത്രകൾ അന്യോന്യം കൂട്ടിമുട്ടുന്നത് അപൂർവ്വമായിരിക്കും. അതുപോലെതന്നെ, ഊഷ്മമാപിനിയിലേക്ക് താപം കൈമാറ്റം ചെയ്യുന്നതും നന്നേ കുറവായിരിക്കും. 350 കിലോമീറ്റർ ഉയരത്തിലുള്ള അന്തരീക്ഷത്തിലെ വളരെക്കുറഞ്ഞ സാന്ദ്രത

കാരണം, ഒരു തന്മാത്രയ്ക്ക് ശരാശരി 1.5 കിലോമീറ്റർ സഞ്ചരിച്ചാൽ മാത്രമേ മറ്റൊരു തന്മാത്രയുമായി കണ്ടുമുട്ടാൻപറ്റൂ. ഈ ദൂരത്തെയാണ് ശരാശരി അവിഘ്നപാത ദൈർഘ്യം (mean free path) എന്നു വിളിക്കുന്നത്. ഇതിന്റെ മൂല്യം കൂടുന്നുവെങ്കിൽ വാതകത്തിന്റെ സാന്ദ്രത കുറയുന്നുവെന്നുവേണം മനസ്സിലാക്കാൻ.

സൂര്യനിൽനിന്നുള്ള ഉപദ്രവകരങ്ങളായ അൾട്രാ വയലറ്റ് വികിരണങ്ങളെ ആഗിരണം ചെയ്യുന്നത് സ്ട്രാറ്റോസ്ഫിയറിലെ ഓസോൺ പാളിയാണ്. ക്ലോറോഫ്ളൂറോ കാർബണുകളുടെ അമിതസാന്നിധ്യം ഓസോൺ പാളിയിൽ വിള്ളലുകൾ വീഴ്ത്തുന്നു.

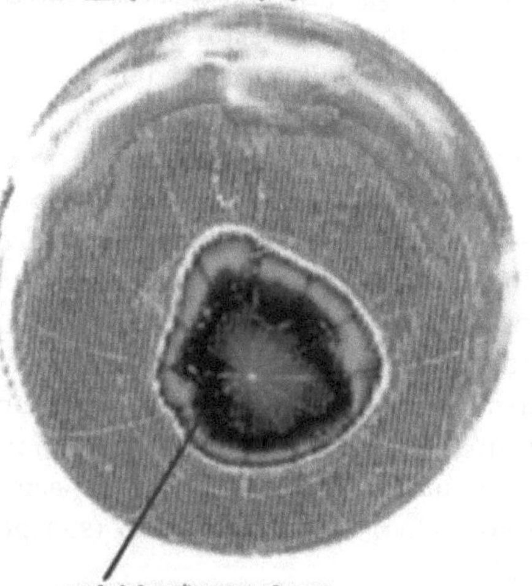

അന്റാർട്ടിക്കയ്ക്കുമുകളിലുള്ള ഓസോൺ ദ്വാരം

തെർമോസ്ഫിയറിലെ ഊഷ്മാവ് 1250°C ആണെന്നു പറഞ്ഞാൽ അർത്ഥമാക്കുന്നത് അവിടെയുള്ള വാതകങ്ങളുടെ ചലനവേഗം കൊണ്ടുണ്ടാകുന്ന ചലനോർജ്ജത്തിന് തത്തുല്യമായ ഊഷ്മാവ് എന്നാണ്. അതിനാൽ ഈ ഊഷ്മാവിനെ ചലനോഷ്മാവ് (kinetic temperature) എന്നാണു വിളിക്കാറ് പതിവ്. എന്നാൽ ഈ ഉയരത്തിലൂടെ സഞ്ചരിക്കുന്ന ഒരു ഉപഗ്രഹത്തിന് ഇത്രയും ഉയർന്ന ഊഷ്മാവ് ഉണ്ടാകുന്നില്ല. സൂര്യനിൽനിന്നും വരുന്ന ഊർജ്ജം, ഉപഗ്രഹത്തിന്റെ വലിപ്പം, ആകൃതി, ഉപഗ്രഹനിർമ്മാണത്തിനുപയോഗിച്ചിരിക്കുന്ന പദാർത്ഥങ്ങളുടെ സവിശേഷ ഗുണങ്ങൾ എന്നിവയായിരിക്കും ഉപഗ്രഹത്തിന്റെ സന്തുലിതോഷ്മാവിനെ (equilibrium temperature) നിയന്ത്രിക്കുക.

അന്തരീക്ഷഘടന

100 കിലോമീറ്റർവരെ അന്തരീക്ഷം വളരെ ചലനസ്വഭാവമുള്ളതാണ് (dynamic). അതിനാൽ ഘടകവാതകങ്ങൾ തമ്മിൽ നല്ലവണ്ണം മിശ്രണം നടന്നുകൊണ്ടേയിരിക്കുന്നു. അതിനാൽ സമുദ്രനിരപ്പുമുതൽ 100 കിലോമീറ്റർവരെ അന്തരീക്ഷഘടനയിൽ അടിസ്ഥാനസ്വഭാവമുള്ള വ്യത്യാസങ്ങൾ ഇല്ലെന്നുതന്നെ പറയാം.

എന്നാൽ 100 കിലോമീറ്ററിന് മുകളിൽ ഗണ്യമായ മിശ്രണം നടക്കാത്തതിനാൽ ഉയരത്തിനനുസരിച്ച് ഘടനയിൽ വ്യതിയാനങ്ങൾ കാണാം. വിവിധ വാതകങ്ങളുടെ പരമാണുക്കളും (atom) തന്മാത്രകളും (molecule) അവയുടെ ഭാരത്തിനനുസൃതമായി വിവിധതലങ്ങളിൽ

സ്ഥാനമുറപ്പിക്കുന്നു. ഓക്സിജൻ, നൈട്രജൻ എന്നീ താരതമ്യേന ഭാരം കൂടിയവ താഴെത്തലങ്ങളിലായിരിക്കും. എന്നാൽ ഭാരംകുറഞ്ഞ ഓക്സിജൻ പരമാണുക്കൾ (atomic oxygen) ഹീലിയം, ഹൈഡ്രജൻ എന്നിവ മേലെത്തലങ്ങളിലും സ്ഥിതിചെയ്യുന്നു. ഹൈഡ്രജൻ ആണ് ഏറ്റവും ഭാരംകുറഞ്ഞ മൂലകം എന്നു നമുക്കറിയാവുന്നതാണല്ലോ. സാന്ദ്രത കുറവെങ്കിലും ഈ കണികകളെല്ലാം വിവിധ വേഗത്തോടെ സദാ ചലിച്ചുകൊണ്ടിരിക്കുകയാണെന്നുള്ള വസ്തുത നാം മറക്കരുത്. അതിനാൽ 600 കിലോമീറ്ററിന് മേലെയുള്ള പല കണികകൾക്കും ഭൂഗുരുത്വാകർഷണത്തെ അതിജീവിച്ച് ബഹിരാകാശത്തേക്കു രക്ഷപ്പെട്ടുപോകുവാൻ കഴിയുന്നു. ഭാരം താരതമ്യേന കുറഞ്ഞ ഹൈഡ്രജൻ, ഹീലിയം എന്നീ വാതകങ്ങൾ ഇപ്രകാരം പുറത്തേക്കു പോകുന്നു. കണികകൾ പുറത്തേക്കു പോകുന്ന ഈ പ്രതിഭാസം കാരണം, 600 കിലോമീറ്ററിനു മുകളിലുള്ള അന്തരീക്ഷഭാഗത്തെ എക്സോസ്ഫിയർ (exosphere) എന്നു വിളിക്കുന്നു.

100 കിലോമീറ്റർവരെയുള്ള അന്തരീക്ഷത്തിലെ മുഖ്യഘടകവാതകങ്ങൾ നൈട്രജൻ, ഓക്സിജൻ എന്നിവയാണ്. N_2, O_2 എന്നീ തന്മാത്രകളുടെ രൂപത്തിലാണ് അവ നിലനിൽക്കുന്നത്. എന്നാൽ അതിനുമുകളിൽ 600 കിലോമീറ്റർവരെ ഓക്സിജൻ പരമാണു (atomic oxygen) രൂപത്തിലാണ് പ്രത്യക്ഷപ്പെടുന്നത്. അതിനുമപ്പുറം കാണപ്പെടുന്ന വാതകങ്ങൾ ഭാരംകുറഞ്ഞ ഹീലിയം, ഹൈഡ്രജൻ എന്നിവയാണ്.

അന്തരീക്ഷസാന്ദ്രത (atmospheric density)

സമുദ്രനിരപ്പിൽ തുടങ്ങി 100 കിലോമീറ്റർവരെ അന്തരീക്ഷസാന്ദ്രത ഓരോ 15 കിലോമീറ്റർ മുകളിലേക്കു പോകുന്തോറും 1/10 ആയി നിരന്തരം കുറഞ്ഞുകൊണ്ടിരിക്കുന്നു. 100 കിലോമീറ്ററിനപ്പുറമുള്ള അന്തരീക്ഷത്തിന്റെ സാന്ദ്രതയ്ക്ക് നേരം, കാലാവസ്ഥ, സൗരപ്രക്രിയകൾ എന്നിവയ്ക്കനുസരിച്ച് വ്യതിയാനങ്ങൾ സംഭവിച്ചുകൊണ്ടിരിക്കുന്നു.

അയണീകരണം (ionization)

അന്തരീക്ഷപഠനത്തിലെ വളരെ ആകർഷണീയമായ ഒരു മേഖലയാണ് അയണോസ്ഫിയർ. (ionosphere). 60 മുതൽ 500ലേറെ കിലോമീറ്റർ ഉയരംവരെ വ്യാപിച്ചുകിടക്കുന്ന, വൈദ്യുതചാർജ്ജ് വഹിക്കുന്ന ഭാഗമാണ് അയണോസ്ഫിയർ.

അയണീകരണം എന്താണെന്ന് ആദ്യം മനസ്സിലാക്കാം. നെഗറ്റീവ് വൈദ്യുതചാർജ്ജ് ഉണ്ടെന്ന് നാം കൽപ്പിക്കുന്ന ഇലക്ട്രോണുകളുടെ ക്രമമായ ചലനത്തിന്റെ ഫലമാണ് നമുക്ക് പരിചിതമായ വൈദ്യുതിപ്രവാഹം. പരമാണുകേന്ദ്ര (nucleus)ത്തിനുള്ളിലാണ് പ്രോട്ടോൺ എന്നു വിളിക്കുന്ന പോസിറ്റീവ്ചാർജ്ജുള്ള കണികകൾ സ്ഥിതിചെയ്യുന്നത്. ഇലക്ട്രോണുകളുടെ സ്ഥാനം പരമാണുകേന്ദ്രത്തിനു പുറത്താണ്.

സാധാരണഗതിയിൽ ഒരു പരമാണുവിലെ പ്രോട്ടോണുകളുടെയും ഇലക്ട്രോണുകളുടെയും എണ്ണം തുല്യമായിരിക്കുമെന്നതിനാൽ മൊത്തം ചാർജ്ജ് ഫലത്തിൽ പൂജ്യമാണ്. പ്രോട്ടോണുകളുടെയും ഇലക്ട്രോണുകളുടെയും ചാർജ്ജ് പരസ്പരം നിർവ്വീര്യമാക്കപ്പെടുന്നതുകൊണ്ടാണ് ഇപ്പറഞ്ഞ ചാർജ്ജ് നിഷ്പക്ഷത (neutral) സംഭവിക്കുന്നത്. ഒരു നിശ്ചിത അളവിൽ ഊർജ്ജം ഇലക്ട്രോണിന് പ്രദാനം ചെയ്താൽ, അതിന് പരമാണുകേന്ദ്രത്തിലുള്ള പ്രോട്ടോണിന്റെ ആകർഷണബന്ധനാവസ്ഥയിൽനിന്നും മോചനം കിട്ടും. ഇപ്രകാരം ഒരു ഇലക്ട്രോൺ പരമാണുവിൽനിന്ന് മോചനം നേടുമ്പോൾ, ശേഷിക്കുന്ന പരമാണുവിന് ഒരു മാത്ര മൊത്തം (net) പോസിറ്റീവ് ചാർജ്ജുണ്ടാകുമെന്ന് കാണാമല്ലോ. ഈ പ്രക്രിയയാണ് അയണീകരണം. ഇതിന്റെ ഫലമായി, പോസിറ്റീവ് ചാർജ്ജുള്ള അയോണും (ion) നെഗറ്റീവ് ചാർജ്ജും പ്രത്യക്ഷപ്പെടുന്നു. അയണീകരണത്തിനാവശ്യംവരുന്ന ഊർജ്ജം സൂര്യനിൽനിന്നും പ്രപഞ്ചത്തിലെ മറ്റനവധി സ്രോതസ്സുകളിൽനിന്നും അന്തരീക്ഷത്തിലേക്കെത്തിക്കൊണ്ടിരിക്കുകയാണ്. അതിന്റെ ഫലമായി അന്തരീക്ഷത്തിൽ അയണീകരണം നിരന്തരം നടന്നുകൊണ്ടിരിക്കുന്നു. അയോണുകളും ഇലക്ട്രോണുകളും വീണ്ടും കൂടിച്ചേർന്ന് പരമാണു വീണ്ടും നിഷ്പക്ഷം (neutral) ആവുക എന്ന വിപരീതപ്രക്രിയയും ഇതിനു സമാന്തരമായി നടന്നുകൊണ്ടിരിക്കുന്നു. എന്നിരിക്കിലും ഈ രണ്ടു വിപരീതപ്രക്രിയകളിൽ അയണീകരണത്തിനാണ് മുൻതൂക്കമെന്നതിനാൽ അയണോസ്ഫിയറിൽ വൈദ്യുതചാർജ്ജുള്ള അയോണുകളും ഇലക്ട്രോണുകളും എപ്പോഴും നിലനിൽക്കുന്നു.

അയണോസ്ഫിയറിന്റെ ഏറ്റവും താഴത്തെ തലം 60കിലോമീറ്ററാണെന്നു മുമ്പുപറഞ്ഞു. റേഡിയോ തരംഗങ്ങളുടെ വ്യാപനത്തിൽ (propaga-

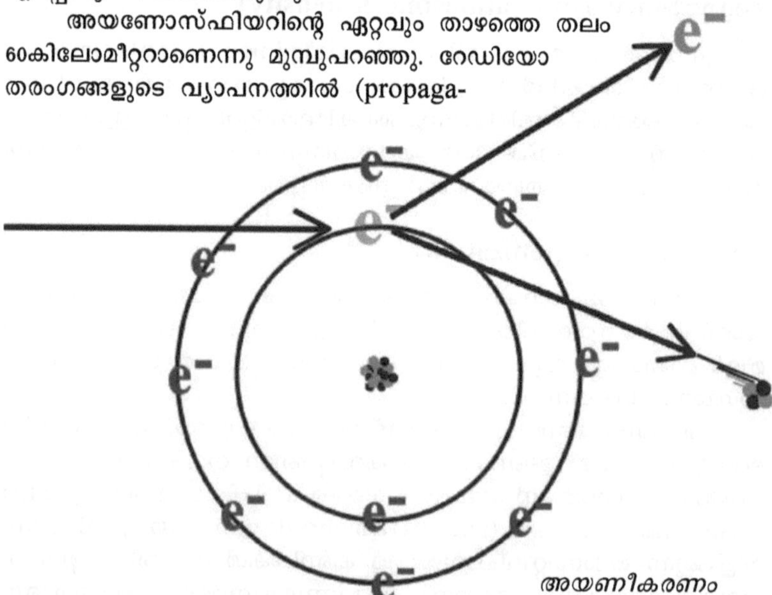

അയണീകരണം

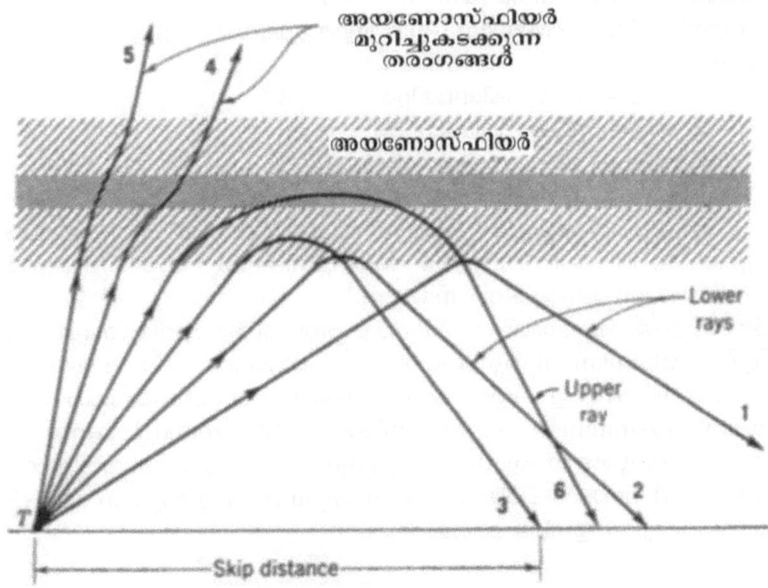

അയണോസ്ഫിയർ റേഡിയോ തരംഗങ്ങളെ സ്വാധീനിക്കുന്ന വിധം

tion) വലിയ പങ്കാണ് അയണോസ്ഫിയർ വഹിക്കുന്നത്. വിദ്യുത്കാന്തിക വികിരണ കുടുംബത്തിലെ അംഗങ്ങളാണ് റേഡിയോ തരംഗങ്ങൾ. ഇവയ്ക്ക് വിവിധ തരംഗാവൃത്തിയാണുള്ളത്(frequency). പരമാവധി 30 MHz (മെഗാഹെർട്സ്) വരെ ആവൃത്തിയുള്ള റേഡിയോതരംഗങ്ങളെ അയണോസ്ഫിയർ സ്വാധീനിക്കുന്നു. ഈ തരംഗങ്ങളെ അയണോസ്ഫിയർ ഒരു കണ്ണാടിയെന്നോണം പ്രതിഫലിപ്പിച്ച് ഭൂമിയുടെ നേർക്ക് തിരിച്ചുവിടുന്നതുകൊണ്ടാണ് വിദൂരമായ സ്റ്റേഷനുകളിൽനിന്നുപോലും പരിപാടികൾ നമ്മുടെ റേഡിയോസെറ്റിലൂടെ സ്വീകരിക്കുവാൻ കഴിയുന്നത്. 30 MHz-ൽകവിഞ്ഞ ആവൃത്തിയുള്ള തരംഗങ്ങൾ അയണോസ്ഫിയറിനെ ഭേദിച്ച് ബഹിരാകാശത്തേക്കു രക്ഷപ്പെടുന്നതിനാൽ നമുക്ക് അവയെ നഷ്ടപ്പെടുന്നു.

അയണോസ്ഫിയറിനെ അവയുടെ സവിശേഷതകൾ അടിസ്ഥാനമാക്കി വിവിധ തട്ടുകളായി വേർതിരിച്ചിട്ടുണ്ട്. രാത്രി, പകൽ, കാലാവസ്ഥ, അക്ഷാംശം, സൗരപ്രക്രിയകൾ എന്നിവയനുസരിച്ച് മേൽപ്പറഞ്ഞ അയണോസ്ഫിയർ തലങ്ങളുടെ ഘടനയിൽനിന്നും നിരന്തരം മാറ്റം സംഭവിച്ചുകൊണ്ടിരിക്കുന്നുണ്ട്.

എന്നിരുന്നാലും, വിവിധ തട്ടുകൾക്ക് മുഖമുദ്രയെന്ന രീതിയിലാണ് അവയിലെ ഇലക്ട്രോൺ സാന്ദ്രത (ഒരു നിശ്ചിത വ്യാപ്തത്തിലടങ്ങിയിരിക്കുന്ന ഇലക്ട്രോണുകളുടെ എണ്ണം). D, E, F_1, F_2 എന്നീ തട്ടുക

ളായാണ് അയണോസ്ഫിയറിനെ തരംതിരിച്ചിരിക്കുന്നത്. ഭൗമോപരി തലത്തിൽനിന്ന് പകൽസമയം ഈ തട്ടുകളുടെ ശരാശരി ഉയരം താഴെ പറയുന്നു.

D തലം- 60-90 കിലോമീറ്റർ
E തലം- 90-150 കിലോമീറ്റർ
F_1 തലം- 150-250 കിലോമീറ്റർ
F_2 തലം- 250-1000 കിലോമീറ്റർ

രാത്രികാലങ്ങളിൽ F_1, F_2 എന്നീ തലങ്ങൾ ഒന്നായിച്ചേരും. F_2തലം ഏകദേശം 1000 കിലോമീറ്ററിൽ അവസാനിക്കുന്നു. അതിനുമുകളിൽ ഗണ്യമായ അയണീകരണം നടക്കുന്നില്ല.

ഭൂമിക്ക് ഒരു കാന്തികമണ്ഡലം ഉള്ളതായി നമുക്കറിയാമല്ലോ. ഭൂമധ്യരേഖയിൽനിന്ന് വ്യത്യസ്തമായ ഒരു കാന്തികമധ്യരേഖ (magnetic equator)യുമുണ്ട്. ഈ രേഖ കടന്നുപോകുന്ന സ്ഥലങ്ങളിലെല്ലാം ഭൗമകാന്തിക മണ്ഡലത്തിന്റെ ദിശ തിരശ്ചീന (horizontal)മായിരിക്കും. കാന്തിക മദ്ധ്യരേഖയ്ക്കു മുകളിലുള്ള ഇലക്ട്രോജെറ്റ് എന്നു വിളിക്കുന്ന വൈദ്യുതീപ്രവാഹം പഠിക്കാനായാണ് തുമ്പ റോക്കറ്റ് സ്റ്റേഷൻ സ്ഥാപിതമായത് എന്ന് ഇവിടെ ഓർമ്മിക്കുക.

2

ബഹിരാകാശ ഗവേഷണം ആദ്യകിരണങ്ങൾ

ശാസ്ത്രമോ സാങ്കേതികവിദ്യയോ ഏതാണ് ആദ്യം ഉത്ഭവിച്ചത് എന്ന ചോദ്യത്തിന് സംശയലേശമെന്യേ ഉത്തരം പറയാം - സാങ്കേതികവിദ്യ തന്നെ. ഒരു കല്ലിൻകഷണം ഉരച്ചുമിനുക്കി, വേട്ടയാടാൻ പറ്റുന്ന ഒരു ആയുധം നിർമ്മിച്ചപ്പോൾത്തന്നെ സാങ്കേതികവിദ്യയും ജനിച്ചുകഴിഞ്ഞു. ഇതുതന്നെയാണ് കൃഷിയുടെയും കാര്യം. എത്രയോ കാലത്തിനുശേഷമാണ് നാം ശാസ്ത്രജ്ഞാനം ആർജ്ജിച്ചത്. ഏറ്റവും പുരാതനമായ ശാസ്ത്രശാഖയായി കണക്കാക്കാവുന്നത് ജ്യോതിശ്ശാസ്ത്രത്തെയാണ്. പ്രാചീന സംസ്കാരങ്ങളിൽപ്പോലും ജ്യോതിശ്ശാസ്ത്രപഠനങ്ങൾ നടന്നിരുന്നുവെന്നതിന് ധാരാളം തെളിവുണ്ട്. ആകാശത്തിലെ പ്രകാശമാർന്ന ഗോളങ്ങളുടെ കൃത്യമായ, ആവർത്തനസ്വഭാവമുള്ള ചലനം ആദിമമനുഷ്യനെ അത്ഭുതപ്പെടുത്തുകയും ആകർഷിക്കുകയും ചെയ്തിരിക്കണം എന്നു തീർച്ചയാണ്. ഈ ഗോളങ്ങളെക്കുറിച്ച്

ആര്യഭടപ്രതിമ (പൂനെ)

കല്പിതവും ദൈവികപരിവേഷമുള്ളതുമായ ധാരാളം കഥകൾ ഓരോ സംസ്കാരവും മെനഞ്ഞെടുത്തിട്ടുമുണ്ട്. കാലക്രമേണ ഈ ആകാശ ഗോളങ്ങളുടെ താളാത്മകമായ ചലനവും ഭൂമിയിൽ മാറിമാറിവരുന്ന ഋതുഭേദങ്ങളും തമ്മിൽ ബന്ധപ്പെട്ടുകിടക്കുന്നു എന്ന തിരിച്ചറിവുണ്ടായതോടെയാണ് പ്രകൃതിദത്തമായ ഒരു പഞ്ചാംഗം (calendar) ഉടലെടുത്തത്. എപ്പോൾ വിത്തുപാകണം, എപ്പോൾ വിളവെടുക്കണം തുടങ്ങിയ കൃഷിസംബന്ധമായ കാര്യങ്ങളെക്കുറിച്ച് തീരുമാനങ്ങളെടുക്കാൻ ഈ പഞ്ചാംഗം ഉപകരിച്ചു. നക്ഷത്രങ്ങളുടെ സ്ഥാനം സഞ്ചാരികളെ വഴികാ

ഗ്രഹങ്ങൾ

ഗലീലിയോ

ട്ടിയായി സഹായിച്ചു. അതോടെ ആകാശഗോളങ്ങളുടെ സ്ഥാനവും ചലനവും മനുഷ്യൻ കൃത്യമായി രേഖപ്പെടുത്താൻ തുടങ്ങി. ഇങ്ങനെയായിരുന്നു ജ്യോതിശാസ്ത്രത്തിന്റെ ജനനം.

വളരെയടുത്തകാലം വരെ, നാം വസിക്കുന്ന ഭൂമിയാണ് പ്രപഞ്ചത്തിന്റെ കേന്ദ്രബിന്ദുവെന്ന്, തൻപ്രമാണിത്തം കാരണമാവാം, മനുഷ്യൻ വിശ്വസിച്ചിരുന്നു. ഈ വിശ്വാസം തിരുത്തിയെഴുതിയിട്ട് 500 വർഷത്തിൽത്താഴെയേ ആയിട്ടുള്ളൂ. സൂര്യൻ കേന്ദ്രമായുള്ള സൗരയൂഥത്തിലെ ഒരു ഗ്രഹമാണ് നമ്മുടെ ഭൂമിയെന്നും സൂര്യൻ തന്നെ പ്രപഞ്ചത്തിലുള്ള കോടാനുകോടി നക്ഷത്രങ്ങൾക്കിടയിൽ ഒരു ശരാശരിക്കാരനാണെന്നും നാം ഇന്നു മനസ്സിലാക്കിക്കഴിഞ്ഞു. നമ്മുടെ സൗരയൂഥം ഉൾപ്പെടുന്ന ക്ഷീരപഥം (Milky Way) എന്ന താരസമൂഹത്തിൽ (galaxy) പതിനായിരം കോടിയോളം നക്ഷത്രങ്ങളുണ്ടെന്ന് നാം കണ്ടെത്തിക്കഴിഞ്ഞു. പല വലിപ്പമുള്ള എണ്ണിയാലൊടുങ്ങാത്ത താരസമൂഹങ്ങളാണ് പ്രപഞ്ചത്തിലുള്ളത്.

കോപ്പർനിക്കസ്

നമ്മുടെ സൗരയൂഥത്തിൽ സൂര്യനും കൂടാതെ ഒൻപത് ഗ്രഹങ്ങളും ഉണ്ടെന്നാണ് നാമൊക്കെ പഠിച്ചത്. എന്നാലീയടുത്തകാലത്ത്, സൂര്യനിൽനിന്ന് ഏറ്റവും അകലത്തുള്ള പ്ലൂട്ടോക്ക് (Pluto) ഗ്രഹപദവി നഷ്ടപ്പെട്ടിരിക്കയാൽ, ഇപ്പോൾ സൂര്യനു ചുറ്റും എട്ട് ഗ്രഹങ്ങൾ മാത്രമേയുള്ളുവെന്നാണ് നാം അംഗീകരിക്കുന്നത്.

ഐസക് ന്യൂട്ടൻ

ഗലീലിയോ, കോപ്പർനിക്കസ്, കെപ്ലർ, ന്യൂട്ടൺ എന്നിവരുടെ പഠനഫലമായി ഗ്രഹങ്ങളുടെ സ്ഥാനചലന

ജോഹനസ് കെപ്ലർ

ങ്ങളെ കൃത്യമായി നിർണ്ണയിക്കാനും പ്രവചിക്കാനും ഉതകുന്ന ഗണിതസമവാക്യങ്ങൾ നിലവിലുണ്ട്. ന്യൂട്ടന്റെ സാർവ്വത്രികഗുരുത്വാകർഷണനിയമം (Law of Universal Gravitation) അനുസരിച്ചാണ് പ്രപഞ്ചത്തിലെ സർവ്വ ഗോളങ്ങളുടെയും ചലനം. നൂറു വർഷത്തോളം മുമ്പ് ന്യൂട്ടന്റെ നിയമത്തിൽ ചില പരിഷ്കാരങ്ങൾ ഐൻസ്റ്റീൻ വരുത്തിയിട്ടുണ്ടെന്നോർക്കുക. എന്നിരുന്നാലും, ന്യൂട്ടന്റെ ഗുരുത്വാകർഷണ സിദ്ധാന്തം ഒരു വലിയ പരിധിവരെ നമ്മെ ഇന്നും സഹായിക്കുന്നു.

പറവകളെ അനുകരിക്കാൻ പണ്ടുമുതൽതന്നെ മനുഷ്യൻ ശ്രമിച്ചിരുന്നുവല്ലോ. പുരാണങ്ങളിലും മറ്റു പ്രാചീനകഥകളിലും പുഷ്പകവിമാനം, പറക്കുംതളിക എന്നിവയെക്കുറിച്ച് സൂചനയുള്ളതായും നമുക്കറിയാം. ഭാവനയാണ് വിശേഷബുദ്ധിയുള്ള മനുഷ്യന്റെ ഏറ്റവും ശക്തിയേറിയ ആയുധം. ആദ്യകാലത്ത് കൃത്രിമച്ചിറകുകൾ വച്ചുകെട്ടി പറക്കാൻ ശ്രമിച്ചപ്പോഴൊക്കെ അത്യാഹിതമാണ് സംഭവിച്ചിട്ടുള്ളത്. എന്നാൽ ഈ പരാജയങ്ങൾ നമ്മെ ഒരു വസ്തുത പഠിപ്പിച്ചു - പക്ഷികളെപ്പോലെ ചിറകടിച്ചു പറക്കാൻ നമുക്ക് കഴിയുകയില്ല! ചലനരഹിതമായ ചിറകുകളും വായുവിലൂടെ അതിവേഗത്തിൽ സഞ്ചരിക്കാനുതകുന്ന ശക്തിയേറിയ എഞ്ചിനുകളുമാണ് നമുക്ക് ആവശ്യമെന്ന് മനസ്സിലാക്കിയിട്ടു നൂറുകൊല്ലത്തോളമേ ആയിട്ടുള്ളൂ. അതോടെ 'പറക്കൽ' എന്ന സ്വപ്നത്തോട് മനുഷ്യൻ വളരെ അടുക്കുകയുണ്ടായി.

1903 ഡിസംബർ 17-ാംതീയതി റൈറ്റ് സഹോദരന്മാർ (Wright brothers) ഒരു പെട്രോൾ എഞ്ചിന്റെ സഹായത്താൽ 12 സെക്കന്റിൽ 35മീറ്റർ ദൂരം പറന്ന് ചരിത്രം സൃഷ്ടിച്ച സംഭവം നാമോർക്കുന്നുണ്ടല്ലോ. കമ്പി, ആണി എന്നിവ ഉപയോഗിച്ച് വരിഞ്ഞുകെട്ടിയിരുന്ന ഇരട്ടച്ചിറകുള്ള ബൈപ്ലെയ്ൻ (biplane) എന്ന ഈ പ്രഥമ 'പറക്കുന്ന എഞ്ചിൻ'

15-ാം നൂറ്റാണ്ടിൽ ലിയനാർഡോ ഡാവിഞ്ചി രൂപകൽപ്പനചെയ്ത 'ഫ്ളയിംഗ് മെഷീൻ'

വിൽബർ റൈറ്റ് വിമാനം പറപ്പിക്കുന്നു.
നോക്കിനിൽക്കുന്നത് സഹോദരൻ ഓർവിൽ റൈറ്റ്

(flying machine) ആണ് ആധുനികവിമാന സാങ്കേതികവിദ്യക്ക് തുടക്കം കുറിച്ചത്. റൈറ്റ് സഹോദരന്മാരുടെ ഈ വിമാനത്തിന്, ഒരു ആധുനികവിമാനവുമായി ഗണ്യമായ സാമ്യമില്ലെന്നത് രസകരമായ വസ്തുതയാണ്. വിമാനസാങ്കേതികവിദ്യയിൽ നാമെത്രയോ മുന്നോട്ടു പോയിരിക്കുന്നു-നൂറ് വർഷത്തിനുള്ളിൽ!

ഒന്നും രണ്ടും ലോകമഹായുദ്ധങ്ങളോടെ വിമാനങ്ങളുടെ സൈനികോപയോഗം വ്യക്തമായി. യുദ്ധവിജയത്തിന് ആകാശത്തിലെ ആധിപത്യം അത്യന്താപേക്ഷിതമാണ് എന്ന തിരിച്ചറിവിനെത്തുടർന്ന് പലവിധ പോർവിമാനങ്ങൾ പ്രത്യക്ഷപ്പെട്ടു തുടങ്ങി. ഇവയോടൊപ്പം, മറ്റാവശ്യങ്ങൾക്കായുള്ള വിമാനങ്ങളുടെ വികാസവും ത്വരിതഗതിയിൽ സംഭവിച്ചുകൊണ്ടിരുന്നു. രണ്ടാംലോകമഹായുദ്ധത്തിന്റെ ആവശ്യത്തിലേക്കായി ഹിറ്റ്ലറുടെ ജർമ്മനിയിൽ റോക്കറ്റുകളും നിർമ്മിക്കാൻ തുടങ്ങി.

ഫ്ളയിംഗ് മെഷീൻ

ബഹിരാകാശയാത്ര പ്രമേയമാക്കിയിട്ടുള്ള ആദ്യത്തെ കാൽപ്പനിക കഥ പ്രത്യക്ഷപ്പെട്ടത് പ്രാചീന ഗ്രീസിലാണ്. ലൂഷിയൻ (Lucian) എന്ന എഴുത്തുകാരൻ AD168-ൽ പ്രസിദ്ധീകരിച്ച *യഥാർത്ഥ ചരിത്രം (True History)* എന്ന പുസ്തകം ഹോമറിന്റെ (Homer) വിഖ്യാതമായ *ഒഡിസി* യുടെ (*Odyssey*)ഒരു ഹാസ്യാനുകരണമായിരുന്നു (satire). കടലിലൂടെ സഞ്ചരിക്കവെ ഒരു കപ്പലിനെ ചുഴലി

ക്കാറ്റ് പൊക്കിയെടുത്ത് ചന്ദ്രനിൽ നിക്ഷേപിക്കുന്നതാണ് ഇതിലെ കഥാതന്തു. ചന്ദ്രനിലെ മനുഷ്യരുൾപ്പെടെയുള്ള ജീവജാലങ്ങളെക്കുറിച്ച് രസകരമായ വിവരണങ്ങളും ഈ കഥയിലുണ്ട്. ലൂഷിയന്റെ ഈ ഗ്രന്ഥത്തിനുശേഷം 17-ാം നൂറ്റാണ്ടുവരെയുള്ള ദീർഘകാലത്തിനിടയിൽ ബഹിരാകാശയാത്രയെ ആധാരമാക്കിയുള്ള കാൽപ്പനികകൃതികൾ ഒന്നുംതന്നെ പുറത്തിറങ്ങിയില്ല. അങ്ങനെയിരിക്കുമ്പോഴാണ് ദൂരദർശിനിയുടെ (telescope) കണ്ടുപിടുത്തം നടന്നത്. അതിശയമെന്നേ പറയേണ്ടൂ, ലൂഷിയന്റെ കൃതിയിൽ ഒരു പുതിയ താല്പര്യം ജനിക്കുകയും അതിന്റെ തർജ്ജുമ മറ്റു പല ഭാഷകളിലും പ്രത്യക്ഷപ്പെടുകയും ചെയ്തു. ചന്ദ്രനെ ഒരു ഖരവസ്തുവായി ഗ്രീക്കുചിന്തകർ കണ്ടുതുടങ്ങിയ കാലത്താണ് ലൂഷിയന്റെ കൃതി പുറത്തുവന്നത്. ഈ പശ്ചാത്തലത്തിൽ, ജ്യോതിശാസ്ത്രത്തിലെ നൂതനസങ്കൽപ്പങ്ങളും ബഹിരാകാശ സംബന്ധിയായ കാല്പനികതകളും തമ്മിൽ ബന്ധപ്പെട്ടു കിടക്കുന്നില്ലേയെന്ന് തോന്നിയാൽ തെറ്റില്ല.

എഡ്വേർഡ് ഇ ഹെയ്ൽ

1865-ൽ പ്രസിദ്ധീകൃതമായ *ഭൂമിയിൽ നിന്ന് ചന്ദ്രനിലേക്ക് (From the Earth to the Moon)* എന്ന ഗ്രന്ഥം ഫ്രഞ്ചുകാരനായ ജൂൾസ് വേർണ് രചിച്ചതാണ്. ഭൂഗുരുത്വാകർഷണബലത്തെ അതിജീവിച്ചു പുറത്തേക്കു പോകണമെങ്കിൽ ഒരു വസ്തുവിന് ഒരു നിശ്ചിത പരിധിയിൽ കുറയാത്ത വേഗം ഉണ്ടായിരിക്കണമെന്ന് ഗ്രന്ഥകാരൻ സൂചിപ്പിച്ചിരുന്നു. ഈ വേഗത്തിന്റെ അളവ് 11.2 കിലോമീറ്റർ/സെ ആണെന്ന് ഇന്നു നമുക്കറിയാം. ഇതിനെ 'മോചന വേഗം' (escape velocity) എന്നു വിളിക്കുന്നു. *ചുടുകൽ ചന്ദ്രൻ (The Brick Moon)* എന്ന കൃതി രചിച്ചത് എഡ്വേർഡ് ഇ ഹെയ്ൽ (Edward E Hale) ആയിരുന്നു. ഒരു കൃത്രിമോപഗ്രഹം ഭ്രമണപഥത്തിൽ നിക്ഷേപിക്കുന്ന പ്രക്രിയയുടെ വിവരണം ഈ ഗ്രന്ഥത്തിലുണ്ട്.

ഇന്ന് പ്രചാരത്തിലുള്ള മിസ്സൈൽ, പ്രതിമിസൈൽ (missile, anti missile) എന്നിവയെ ഓർമ്മിപ്പിക്കുന്ന ആഗ്നേയാസ്ത്രം, വരുണാസ്ത്രം മുതലായ ആയുധങ്ങളെക്കുറിച്ചുള്ള സൂചനകൾ നമ്മുടെ പുരാണങ്ങളിൽ ധാരാളം കാണാറുള്ളതാണല്ലോ. എന്നിരിക്കിലും, ആദ്യമായി റോക്കറ്റ് വികസിപ്പിച്ചെടുത്തുവെന്ന ബഹുമതി ചൈനക്ക് അവകാശപ്പെടാവുന്നതാണ്. വെടിമരുന്ന് കണ്ടുപിടിച്ചത് ചൈനക്കാരാണെന്നു നമു

കേണൽ വില്യം കോൺഗ്രേവ്

ക്കറിയാം. ഒരു ലോഹക്കുഴലിൽ വെടിമരുന്നു നിറച്ചതിനു ശേഷം, അതിനെ ഒരു അമ്പിൽ (arrow) ഉറപ്പിക്കുകയായിരുന്നു അവർ ചെയ്തത്. ഇതായിരുന്നു ചൈനാക്കാരുടെ 'ആഗ്നേയാസ്ത്രം' (Arrow of Fire). നിർദ്ദിഷ്ട പാതയിൽ നിന്നും വ്യതിചലിക്കാതിരിക്കാനായി ഒരു 'മാർഗ്ഗസ്ഥിരതാ ദണ്ഡും' (stabilizer rod) ഈ ആയുധത്തിൽ ഘടിപ്പിച്ചിരുന്നു. AD1232-ൽ തങ്ങളെ ആക്രമിച്ച മംഗോളിയരെ തുരത്താൻ ചൈനാക്കാർ ഈ നവീന ആയുധം വളരെ ഫലപ്രദമായി ഉപയോഗിച്ചു. ദീപാവലിക്കാലത്ത് നാം കത്തിച്ചുവിടുന്ന റോക്കറ്റുകൾ, ചൈനാക്കാരുടെ പ്രാചീന റോക്കറ്റുകളിൽനിന്നും വ്യത്യസ്തമല്ല.

13-ാം നൂറ്റാണ്ടിൽത്തന്നെ ചീനറോക്കറ്റുകൾ യൂറോപ്പിൽ പ്രചാരം നേടിയെങ്കിലും പിന്നീടുള്ള അഞ്ഞൂറോളം വർഷത്തിനിടയിൽ റോക്കറ്റുകളെക്കുറിച്ച് കാര്യമായൊന്നും കേൾക്കാനിടയായില്ല. റോക്കറ്റുകളുടെ ഒരു ഉയർത്തെഴുന്നേല്പ് പിന്നീട് നാം കാണുന്നത് 19-ാം നൂറ്റാണ്ടിൽ ഭാരതത്തിലാണ്. മൈസൂറിലെ ഹൈദരാലിയും പുത്രൻ ടിപ്പു സുൽത്താനും റോക്കറ്റുകളുപയോഗിച്ച് ബ്രിട്ടീഷുസൈന്യത്തോട് പോരാടി. ഇവയ്ക്ക് ചീനറോക്കറ്റുകളോട് സാമ്യമുണ്ടായിരുന്നു. 3 $^{1}/_{2}$കി ഗ്രാം. ഭാരവും 1 $^{1}/_{2}$ കി മീ സഞ്ചരിക്കാനുള്ള കഴിവും ഉണ്ടായിരുന്ന ഇവയ്ക്ക്, അന്നത്തെ നിലവാരത്തിൽ ഗണ്യമായ മാരകശേഷിയാണുണ്ടായിരുന്നത്. അന്ന് ബ്രിട്ടീഷ് സൈന്യത്തിലെ അംഗമായിരുന്ന കേണൽ വില്യം കോൺഗ്രേവ് (Col. William Congreve) അദ്ദേഹത്തിന്റെ ശിഷ്ടജീവിതം മേൽപ്പറഞ്ഞ ഭാരതീയ റോക്കറ്റുകൾ പരിഷ്കരിക്കാനായി ഉഴിഞ്ഞുവച്ചു. അദ്ദേഹത്തിന്റെ അശ്രാന്ത പരിശ്രമഫലമായുണ്ടായ റോക്കറ്റുകൾ ബ്രിട്ടീഷുകാർ യൂറോപ്പിലെ പല യുദ്ധങ്ങളിലും ഉപയോഗിച്ചുവെന്നാണറിവ്. 'മാർഗ്ഗസ്ഥിരതാ ദണ്ഡ്' ഉപയോഗിക്കുന്നതിനു

വില്യം ഹെയ്ൽ

പകരം റോക്കറ്റുകളെ അവയുടെ നെടുകെയുള്ള അക്ഷത്തെ (longitudinal axis) ആസ്പദമാക്കി കറക്കിയാൽ (spin stabilization) മതിയാകും എന്ന് 1846-ൽ കണ്ടെത്തിയത് ബ്രിട്ടീഷുകാരനായ വില്യം ഹെയ്ൽ (William Hale) ആണ്.

ആധുനിക റോക്കറ്റ് സാങ്കേതികവിദ്യയുടെ ജനനം രണ്ടാംലോക മഹായുദ്ധ കാലത്താണ്. ഹിറ്റ്ലറുടെ ജർമ്മനിയിലെ സാങ്കേതിക വിദഗ്ദ്ധർ വികസിപ്പിച്ചെടുത്ത V-1, V-2 എന്നീ റോക്കറ്റുകളാണ് ഇന്നു നമുക്ക് പരിചിതമായ പല റോക്കറ്റുകളുടെയും യഥാർത്ഥ മുൻഗാമി.

3

റോക്കറ്റ് തന്ത്രം (Rocketry)

ന്യൂട്ടന്റെ മൂന്നാം ചലനനിയമങ്ങളാണ് റോക്കറ്റ് തത്ത്വത്തിനാധാരം. പ്രവൃത്തിയും (action) പ്രതിപ്രവൃത്തിയും (reaction) തുല്യവും വിപരീതദിശയിലും ആയിരിക്കും എന്നാണ് ഈ നിയമം അനുശാസിക്കുന്നത്. തോളത്ത് അമർത്തിപ്പിടിച്ചിട്ടുള്ള ഒരു തോക്കിൽ നിന്ന് വെടിയുണ്ട (bullet) മുന്നോട്ടു പായുന്ന നിമിഷം, പിറകിലേക്ക് ഒരു തള്ളലാണ് നമ്മുടെ തോളിലനുഭവപ്പെടുന്നത്. വെടിയുണ്ടയുടെ മുന്നോട്ടുള്ള ഗതിയെ പ്രവൃത്തിയെന്നു കരുതിയാൽ, തോക്കിന്റെ പിറകോട്ടുള്ള തള്ളലാണ് (recoil) പ്രതിപ്രവൃത്തി. ന്യൂട്ടന്റെ മൂന്നാം ചലനനിയമമാണ് ഇവിടെ പ്രസക്തം. ഇതേ തത്ത്വത്തിന്റെ അടിസ്ഥാനത്തിലാണ് ജെറ്റ് വിമാനങ്ങളും പ്രവർത്തിക്കുന്നത്. പക്ഷേ, റോക്കറ്റുകൾക്കും ജെറ്റ് വിമാനങ്ങൾക്കും തമ്മിലൊരു ഗണ്യമായ വ്യത്യാസമുണ്ട്. അന്തരീക്ഷത്തിനു വെളിയിലുള്ള ശൂന്യതയിൽ (vacuum) വിമാനത്തിനു പറക്കാൻ കഴിയുകയില്ല; എന്നാൽ റോക്കറ്റിനു കഴിയും. ഇവ രണ്ടിലും ഒരു ഇന്ധനം (fuel) ദഹിച്ച്, ഉയർന്ന ഊഷ്മാവുള്ള ഒരു വാതകം സൃഷ്ടിക്കേണ്ടിയിരിക്കുന്നു. ഇന്ധനം ദഹിക്കാൻ ഓക്സിജന്റെ സാന്നിധ്യം ഒഴിച്ചുകൂടാൻ വയ്യാത്തതാണല്ലോ. വിമാനത്തിൽ ശേഖരിച്ചു വച്ചിട്ടുള്ള ഇന്ധനം ദഹിക്കാനാവശ്യമായ ഓക്സിജൻ ചുറ്റുപാടുമുള്ള അന്തരീക്ഷത്തിൽനിന്ന് വലിച്ചെടുക്കുന്നു. നേരെമറിച്ച്, ഇന്ധനത്തോടൊപ്പം ഓക്സിജനോ, അല്ലെങ്കിൽ ഓക്സിജൻ പ്രദാനം ചെയ്യാൻ കഴിവുള്ള ഒരു രാസസംയുക്തമോ (oxidizer) കൂടി കരുതിയിരിക്കും. ഇക്കാരണത്താൽ റോക്കറ്റ് ശൂന്യതയിലൂടെയും പറക്കുന്നു. അന്തരീക്ഷത്തിലൂടെ പറക്കുമ്പോഴു

ള്ളതിനേക്കാൾ കൂടുതൽ കാര്യക്ഷമത (efficiency)യോടെയാണ് റോക്കറ്റ് ശൂന്യതയിൽ പ്രവർത്തിക്കുന്നത്. ഉപഗ്രഹ വിക്ഷേപണത്തിനും ഗ്രഹാന്തര യാത്രകൾക്കും റോക്കറ്റുകൾ അനിവാര്യമാണ് എന്ന് മന സ്സിലാക്കാൻ വിഷമമില്ലല്ലോ.

റോക്കറ്റിൽ ഇന്ധനത്തിന് (fuel) ഓക്സിജന്റെ സാന്നിധ്യത്തിൽ ദഹനം (combustion) സംഭവിക്കുന്നതിന്റെ ഫലമായി ഉയർന്ന ഊഷ്മാ വുള്ള വാതകം സൃഷ്ടിക്കപ്പെടുന്നു. പ്രത്യേക രീതിയിൽ രൂപകല്പന ചെയ്തിട്ടുള്ള 'നോസിൽ' (nozzle) എന്നു വിളിക്കുന്ന ഒരു ബഹിർഗ മനദ്വാരത്തിലൂടെ ഈ വാതകം അതിവേഗത്തോടെ പുറന്തള്ളപ്പെടുന്നു. ഊഷ്മാവ് കൂടുന്നതിന് ആനുപാതികമായി പുറത്തേക്കു പോകുന്ന വാത കതന്മാത്രകളുടെ (gas molecules) വേഗവും വർദ്ധിക്കുന്നു. മുമ്പൊരി ക്കൽ, തോക്കിൽനിന്നു പുറപ്പെടുന്ന വെടിയുണ്ടയുടെ ഉദാഹരണം പറ ഞ്ഞുവല്ലോ. ബഹിർഗമിക്കുന്ന ഓരോ തന്മാത്രയേയും വെടിയുണ്ടയോട് സാമ്യപ്പെടുത്താം. വെടിയുണ്ട പുറത്തേക്കു പോകുമ്പോഴുണ്ടാകുന്ന പിറ കോട്ടുള്ള തള്ളലിന് സമാനമായ ഒരു വിപരീതബലം തന്മാത്ര സൃഷ്ടി ക്കുന്നു. ഇതുതന്നെയാണ് യഥാർത്ഥത്തിൽ റോക്കറ്റ് ഉൽപ്പാദിപ്പിക്കുന്ന തള്ളൽ (thrust). ഈ തള്ളലിന്റെ അളവ് ഒരു സെക്കന്റിൽ പുറത്തേക്കു തള്ളപ്പെടുന്ന തന്മാത്രകളുടെ പിണ്ഡത്തിനും അവയുടെ വേഗത്തിനും ആനുപാതികമായിരിക്കും. ഈ വേഗമാകട്ടെ, വാതകത്തിന്റെ ഊഷ്മാ വിന്റെ വർഗ്ഗമൂലത്തിന് (square root) ആനുപാതി കവും തന്മാത്രാ പിണ്ഡ ത്തിന്റെ വർഗ്ഗമൂലത്തിന് വിപരീതാനുപാതികവും ആയിരിക്കും. അതിനാൽ റോക്കറ്റിന്റെ തള്ളൽ പര മാവധി വർദ്ധിപ്പിക്കണമെ ങ്കിൽ ഇന്ധനത്തിന്റെയും ഓക്സിജൻ സ്രോതസ്സി ന്റെയും (oxidizer) ശരിയാ യ സംയോജനം (combi-nation) തെരഞ്ഞെടുക്കേ ണ്ടതായുണ്ട്. കൂടാതെ നോസിലിന്റെ ആകൃതി യും പ്രത്യേക ശ്രദ്ധയർ ഹിക്കുന്ന കാര്യമാണ്. ഇന്ധനം ദഹിക്കുന്നതി ന്റെ ഫലമായി റോക്കറ്റി ന്റെ മുന്നോട്ടുള്ള വേഗം

റോബർട്ട് എച്ച് ഗോഡർഡ്

കോൺസ്റ്റൻറ്റിൻ സിയോൾക്കോവ്സ്കി

പ്രതിനിമിഷം വർദ്ധിച്ചുകൊണ്ടിരിക്കും. ഇതിനെ ത്വരണം (acceleration) എന്നു വിളിക്കുന്നു. ഇന്ധനദഹനം നിലയ്ക്കുമ്പോൾ ത്വരണവും നിലയ്ക്കുന്നു. കൃത്യമായിപ്പറഞ്ഞാൽ, ഇന്ധനത്തേയും (fuel), ഓക്സിജൻ സ്രോതസ്സിനെയും (oxidizer) ഒരുമിച്ച് വിവക്ഷിക്കുന്നത് 'മുന്നോട്ടു പായിക്കുന്നത്' എന്നർത്ഥംവരുന്ന പ്രൊപ്പല്ലന്റ് (propellant) എന്ന ഇംഗ്ലീഷ് പദത്തിലൂടെയാണ്. എന്നാൽ പലപ്പോഴും 'ഇന്ധനം' എന്ന പദംകൊണ്ട് fuel-നേയും propellant-നേയും സൗകര്യപൂർവ്വം അർത്ഥമാക്കാറുമുണ്ട്. ഖരഇന്ധനവും ദ്രവ ഇന്ധനവും സാധാരണയായി പ്രയോഗത്തിലിരിക്കുന്നു.

റോക്കറ്റ് തന്ത്രത്തെക്കുറിച്ചുള്ള പ്രഥമ ശാസ്ത്രീയ പ്രബന്ധം 1903-ലാണ് പുറത്തുവന്നത്. *റോക്കറ്റ് സംവിധാനമുപയോഗിച്ചുള്ള ഗ്രഹാന്തര പഠനം (Investigation of Interplanetary Space by Means of Rocket Devices)* എന്ന ഈ പ്രബന്ധത്തിന്റെ രചയിതാവ് റഷ്യയിൽ ഗണിതാദ്ധ്യാപകനായിരുന്ന കോൺസ്റ്റൻറ്റിൻ സിയോൾക്കോവ്സ്കി (Konstanti Tsiolkovsky) ആയിരുന്നു. റോക്കറ്റ് തന്ത്രത്തിലെ അടിസ്ഥാന ഗണിതശാസ്ത്ര സൂത്രവാക്യങ്ങൾ (equation) അദ്ദേഹത്തിന്റെ സംഭാവനയാണ്. ദ്രവഇന്ധനമായിരുന്നു (liquid fuel) അദ്ദേഹം വിഭാവനം ചെയ്തത്. സിയോൾക്കോവ്സ്കിയുടെ സിദ്ധാന്തം കുറ്റമറ്റതായിരുന്നെങ്കിലും, റഷ്യയിലും പുറത്തും അത് അർഹിക്കുന്ന ശ്രദ്ധ പിടിച്ചുപറ്റിയില്ല. അക്കാലത്ത് ബഹിരാകാശ പര്യവേക്ഷണം എന്നത് കൈവരിക്കാൻ കഴിയാത്ത ഒരു സ്വപ്നമെന്ന നിലയ്ക്കേ ശാസ്ത്രജ്ഞർപോലും കണ്ടിരുന്നുള്ളൂവെന്നതാകണം അതിനു കാരണം.

ഏകദേശം ഇതേ കാലഘട്ടത്തിൽത്തന്നെ റോക്കറ്റ് ഗണിതശാസ്ത്രം തികച്ചും സ്വതന്ത്രമായി വികസിപ്പിച്ചെടുത്ത രണ്ടുപേർ ലോകത്തിന്റെ വെവ്വേറെ ഭാഗങ്ങളിൽ പ്രവർത്തിച്ചിരുന്നു. അമേരിക്കയിൽ ഊർജ്ജതന്ത്ര പ്രൊഫസറായിരുന്ന റോബർട്ട് എച്ച് ഗോഡർഡ് (Robert H Goddard) ആയിരുന്നു ഒരാൾ. ജർമ്മനിയിൽ അദ്ധ്യാപകനായിരുന്ന ഹെർമൻ ഓബേർത്ത് (Herman Oberth) ആയിരുന്നു രണ്ടാമൻ. *വൻ ഉയരങ്ങളിലെത്താനൊരു മാർഗ്ഗം (A Method of Reaching Extreme Altitudes)* എന്ന ഗ്രന്ഥം ഗോഡർഡ് പ്രസിദ്ധീകരിച്ചത് 1919-ലാണ്. 1923-ൽ ഓബേർത്തിന്റെ *ഗ്രഹാന്തര മണ്ഡലത്തിലേക്ക് റോക്കറ്റ് (The Rocket into Interplanetary Space)* എന്ന കൃതിയും പുറത്തുവന്നു. സിയോൾക്കോവ്സ്കിയെപ്പോലെതന്നെ ഇവരും ദ്രവഇന്ധനമാണ് പരിഗണിച്ചത്.

പ്രഥമ ദ്രവഇന്ധന റോക്കറ്റ് നിർമ്മിച്ച് വിജയകരമായി പരീക്ഷിച്ചുവെന്ന ബഹുമതി ഗോഡർഡിനാണ് ലഭിച്ചത്. 1926 മാർച്ച് 16-ാം തീയതിയായിരുന്നു ആ ചരിത്രസംഭവം. കേവലം 12 മീറ്റർ ഉയരത്തിലൂടെ $2^1/_2$ സെക്കന്റിൽ 55 മീറ്റർ മാത്രമേ ഈ പ്രഥമ റോക്കറ്റിന് പറക്കാൻ കഴിഞ്ഞുള്ളുവെങ്കിലും, ആധുനിക റോക്കറ്റുതന്ത്രം പ്രായോഗികമായി സ്ഥിരീകരിക്കപ്പെട്ടത് ആ മഹാസംഭവത്തോടെയാണ്. അതിനുശേഷം ഗോഡർഡ് തന്റെ റോക്കറ്റുകൾ പടിപടിയായി പരിഷ്കരിച്ചുകൊണ്ടിരുന്നു. തത്ഫലമായി 1929 ആയപ്പോഴേക്കും അന്തരീക്ഷത്തിന്റെ വിവിധ തലങ്ങളിലുള്ള ഊഷ്മാവ്, മർദ്ദം എന്നിവ അളക്കാനുതകുന്ന ഉപകരണങ്ങളും വഹിച്ചുകൊണ്ട് റോക്കറ്റുകൾ ഉയരുക പതിവായി.

ബഹിരാകാശ ചരിത്രത്തിലെ ഒരു സുവർണ്ണദിനമാണ് 1957 ഒക്ടോബർ 4. ഭൂമിയുടെ പ്രകൃതിദത്ത ഉപഗ്രഹമായ ചന്ദ്രന് ഒരു കൂട്ടുകാരനായി മനുഷ്യനിർമ്മിതമായ ഒരു ഉപഗ്രഹം ഭൂമിയെ വലംവയ്ക്കാൻ തുടങ്ങിയത് അന്നാണ്. സ്പുട്നിക്-1 എന്ന ഈ ഉപഗ്രഹം വിക്ഷേപിച്ചത് സോവിയറ്റ് യൂണിയനായിരുന്നു. 1958 ജനുവരി 31-ന് ഒരു അമേരിക്കൻ ഉപഗ്രഹവും ഭ്രമണപഥത്തിൽ സ്ഥാനം പിടിക്കുകയുണ്ടായി. അതിനുശേഷം നാളിതുവരെ ആയിരത്തിലേറെ ഉപഗ്രഹങ്ങൾ വിവിധ രാഷ്ട്രങ്ങൾ വിക്ഷേപിച്ചുകഴിഞ്ഞു.

സ്പുട്നിക്-1

ഖരഇന്ധനം, ദ്രവഇന്ധനം എന്നീ രണ്ടുതരം ഇന്ധനരൂപങ്ങളാണ് റോക്കറ്റുകളിൽ പ്രധാനമായും ഉപയോഗിച്ചുവരുന്നത്. വിദ്യുത് നോദനം (electric propulsion) എന്ന സംവിധാനം നിലവിലുണ്ടെങ്കിലും, വളരെ താണ അളവിലുള്ള തള്ളൽ ആവശ്യമായി വരുന്ന ചില പ്രത്യേക സാഹചര്യങ്ങളിൽ മാത്രമേ അവ ഉപയോഗിക്കപ്പെടുന്നുള്ളൂ. നമുക്കിവിടെ ഖരം, ദ്രവം എന്നീ രണ്ടുവിധത്തിലുള്ള ഇന്ധനങ്ങളുടെ മാത്രം ചില വിശദാംശങ്ങളിലേക്ക് കടക്കാം.

പേര് സൂചിപ്പിക്കുന്നതുപോലെതന്നെ, ഖരഇന്ധനം ചെങ്കല്ലുപോലെ കട്ടിയും ദൃഢതയുമുള്ളതാണ്. യന്ത്രങ്ങളുപയോഗിച്ച് ഇതിനെ മുറിക്കു

കയോ മിനുസപ്പെടുത്തുകയോ ആകൃതിവ്യത്യാസം വരുത്തുകയോ ഒക്കെ ആകാം. ഖരഇന്ധന നിർമ്മാണത്തിന്റെ പ്രാരംഭദശയിൽ ഇന്ധനം, ഓക്സിഡൈസർ, ദഹനപ്രക്രിയ ത്വരിതപ്പെടുത്താനും ഊഷ്മാവ് ഉയർത്താനും ആവശ്യമായ ചില രാസവസ്തുക്കൾ എന്നിവ ക്രമമായിച്ചേർത്ത് ഒരു സ്ലറി (slurry) തയ്യാറാക്കുന്നു. സിമന്റും മണലും വെള്ളവും ചേർത്താൽ കിട്ടുന്ന മിശ്രിതം സ്ലറിരൂപത്തിലാണെന്നോർക്കുക. ഇതിനെ നല്ല ബലമുള്ള ഒരു കുഴലിനുള്ളിൽ (സ്റ്റീൽ, ഭാരം കുറഞ്ഞതും എന്നാൽ ബലമുള്ളതുമായ കമ്പോസിറ്റ് (composite) പദാർത്ഥങ്ങൾ ഇവയിലേതെങ്കിലും ഉപയോഗിച്ചു നിർമ്മിച്ചവ) ഒഴിച്ചതിനുശേഷം ഒരു ചൂളയിൽ (curing oven) വച്ചു കൃത്യതയോടും സൂക്ഷ്മതയോടും ചുട്ടെടുക്കുന്നു. വലിയ അളവിലും ഭാരത്തിലും ആവശ്യമെങ്കിൽ, കൈകാര്യം ചെയ്യാൻ സൗകര്യപ്രദമായ വലുപ്പത്തിൽ ഖരഇന്ധനം ചുട്ടെടുത്തശേഷം കൂട്ടിച്ചേർത്തു വയ്ക്കാവുന്നതാണ്. ഇങ്ങനെ നിർമ്മിക്കുന്ന കഷണങ്ങളെ (segments) ആവശ്യാനുസരണം അടുക്കിച്ചേർക്കുമ്പോൾ ഏതു പടുകൂറ്റൻ റോക്കറ്റിനും ഉപയോഗയോഗ്യമാവുന്നു.

ദീപാവലി റോക്കറ്റുപോലെ എപ്പോൾ വേണമെങ്കിലും എളുപ്പത്തിലുപയോഗിക്കാമെന്നതാണ് (ready to use) ഖര റോക്കറ്റുകളുടെ പ്രധാന സവിശേഷത. അതിനാലാണ് യുദ്ധാവശ്യങ്ങൾക്കായുള്ള മിസ്സൈലുകളിൽ (missile) ഭൂരിഭാഗവും ഖരഇന്ധനം ഉപയോഗിക്കുന്നത്. പോർമുന (warhead) വഹിക്കുന്ന ഒരു റോക്കറ്റ് തന്നെയാണല്ലോ മിസ്സൈലും. ബഹിരാകാശ പര്യവേക്ഷണത്തിന്റെ പ്രാരംഭഘട്ടങ്ങളിൽ സോവിയറ്റ് യൂണിയനും അമേരിക്കയും അവരുടെ പക്കലുള്ള സൈനിക മിസൈലുകളാണ് ഉപയോഗിച്ചിരുന്നത്. അവയിൽ ചിലവ ഇപ്പോഴും ഉപയോഗത്തിലിരിക്കുന്നുമുണ്ട്. ചുട്ടെടുക്കുമ്പോഴുപയോഗിക്കുന്ന അതേ കുഴൽതന്നെയാണ് റോക്കറ്റിനുള്ളിൽ ഘടിപ്പിക്കുന്നത്. ദഹനപേടകം (combustion chamber) ആയി വർത്തിക്കുന്നതും ഈ കുഴൽ തന്നെയാണ്. കുഴലിന്റെ മുൻഭാഗം അടയ്ക്കുന്നു; പിൻഭാഗത്ത് ചൂടുവാതകം പുറത്തേക്കു പോകാനുള്ള നോസിൽ ഘടിപ്പിക്കുന്നു. റോക്കറ്റ് പ്രവർത്തിപ്പിക്കണമെങ്കിൽ, ഇന്ധനത്തെ ജ്വലിപ്പിക്കുകയേ (ignite) വേണ്ടൂ. ഫ്യൂസ് (fuse) പോലുള്ള സ്ക്വിബിലൂടെ (squib) വൈദ്യുതി കടത്തിവിടുമ്പോൾ ഉണ്ടാകുന്ന അഗ്നിസ്ഫുലിംഗത്താൽ ഖരഇന്ധനത്തിൽ സ്ഥിതിചെയ്യുന്ന ഒരു രാസവസ്തുവിനെ (ignitor) ജ്വലിപ്പിക്കുന്നു. അതിനെത്തുടർന്ന് ഖരഇന്ധനം ദഹനം തുടങ്ങുന്നു. ഖരറോക്കറ്റിന്റെ രൂപകല്പനയും പ്രവർത്തനരീതിയും താരതമ്യേന ലളിതമാണെങ്കിലും, ഒരിക്കൽ ദഹനം തുടങ്ങിക്കഴിഞ്ഞാൽ അതിന്റെ പ്രവർത്തനം നിയന്ത്രിക്കുക അസാധ്യമാണെന്നുള്ളത് ഒരു പോരായ്മയാണ്. ഒരു ഖരറോക്കറ്റിന്റെ ചലനഗതി അപകടകരമായ രീതിയിൽ വ്യതിചലിക്കുകയാണെങ്കിൽ, ദഹനപേടകത്തെ ഒരു സ്ഫോടനത്താൽ നശിപ്പിക്കുകയേ വഴിയുള്ളൂ. ഇതിനായി ഒരു നശീകരണ സംവിധാനം (destruct system) ഖര റോക്കറ്റുകൾക്കുള്ളിൽ

എപ്പോഴും കരുതിയിരിക്കും.

നിയന്ത്രണത്തിന്റെ കാര്യത്തിൽ ദ്രവറോക്കറ്റ് തന്നെയാണ് മെച്ചം. അതിന്റെ പ്രവർത്തനത്തെ ഒരു കാറിന്റെ എഞ്ചിനെന്നപോലെ നിയന്ത്രിക്കാവുന്നതാണ്. ദഹനം ആവശ്യാനുസരണം നിറുത്താനും പുനരാരംഭിക്കാനും കഴിയും. ദഹനപ്രക്രിയ കൂട്ടുകയും കുറയ്ക്കുകയും ചെയ്ത് റോക്കറ്റിന്റെ തള്ളൽ ക്രമീകരിക്കാം. എന്നാൽ, ഖരറോക്കറ്റു പോലെ, ഒരു അത്യാവശ്യത്തിന് പെട്ടെന്നെടുത്തുപയോഗിക്കാൻ പറ്റിയതല്ല ദ്രവറോക്കറ്റ്. വിക്ഷേപണത്തിനു മുന്നോടിയായി ഇന്ധനം നിറയ്ക്കൽ, ചില വാതകങ്ങളെ ഉയർന്ന മർദ്ദത്തിൽ സംഭരിക്കൽ തുടങ്ങിയ പ്രാംരംഭ നടപടികളാവശ്യമായി വരുന്നു.

ഓരോ ഇന്ധന-ഓക്സിഡൈസർ സംയോജനത്തിന്റെയും പ്രവർത്തനക്ഷമത (performance efficiency) വ്യത്യസ്തമാണ്. ഇത് സൂചിപ്പിക്കാനുപയോഗിക്കുന്ന അളവുകോലാണ് സ്പെസിഫിക് ഇംപൾസ് (specific impulse) അഥവാ (Isp). ഒരു കി ഗ്രാം ഇന്ധനം ഒരു സെക്കന്റിൽ ദഹിച്ചാലുളവാകുന്ന തള്ളലാണ് Isp. യഥാർത്ഥത്തിൽ Isp-യുടെ ഏകകം (unit) ന്യൂട്ടൺ-സെക്കന്റ് /കി ഗ്രാം (newton-second/kg) ആണെങ്കിലും പ്രായോഗികതലത്തിൽ സൗകര്യാർത്ഥം സെക്കന്റാണ് (second) മാത്രയായി ഉപയോഗിക്കുക. Ispയുടെ അളവു കൂടിയാൽ, അതിനാനുപാതികമായി ഇന്ധന ഓക്സിഡൈസർ സംയോജനത്തിന്റെ പ്രവർത്തനക്ഷമതയും മെച്ചപ്പെട്ടതായിരിക്കും. ഉദാഹരണത്തിന്, ഖരഇന്ധനത്തിന്റെ Isp 260 സെക്കന്റോളം ആണെങ്കിൽ, ദ്രവഇന്ധനത്തിന് അത് 300 സെക്കന്റിനോടടുത്താവും. മേൽപ്പറഞ്ഞ വിവരണങ്ങളിൽ നിന്ന് ഖര ഇന്ധനത്തിനും ദ്രവഇന്ധനത്തിനും അവയുടേതായ ഗുണദോഷ സ്വഭാവങ്ങളുണ്ടെന്ന് വ്യക്തമാണല്ലോ.

1940-കൾക്കു മുമ്പ് വെടിമരുന്നു തന്നെയായിരുന്നു ഏറ്റവും പ്രചാരത്തിലിരുന്ന ഖരഇന്ധനം. എന്നാൽ രണ്ടാംലോകമഹായുദ്ധകാലത്ത് മെച്ചപ്പെട്ട ഖരഇന്ധനങ്ങൾ വികാസംപ്രാപിച്ചു. ഖരഇന്ധനങ്ങൾ മുഖ്യമായും മൂന്നിനത്തിൽ പെടുന്നവയാണ്.

1. ഡബ്ൾ ബേയ്സ് (double base). ഉദാ: നൈട്രോ സെല്ലുലോസ് (nitro cellulose), നൈട്രോ ഗ്ലിസറിൻ (Nitro glycerine).

2. കമ്പോസിറ്റ് (composite): ഇവയിൽ ഒരു സകാർബണീയ (organic) ഇന്ധനം, ലോഹപ്പൊടി, ഒരു അകാർബണീയ (inorganic) ഓക്സിഡൈസർ എന്നിവ ചേർന്നിരിക്കുന്നു.

3. മേൽപ്പറഞ്ഞ രണ്ടിനങ്ങളുടെയും സങ്കരം. ഇതിനെ കമ്പോസിറ്റ് -ഡബിൾ ബേയ്സ് (composite double base) എന്നു വിളിക്കുന്നു.

രണ്ടാം വിഭാഗത്തിലുൾപ്പെടുന്ന കമ്പോസിറ്റ് ഇന്ധനങ്ങളാണ് ഏറ്റവുംകൂടുതൽ പ്രചാരത്തിലുള്ളത്. അമോണിയം പെർക്ലോറേറ്റ് (Amonium Perchlorate), പോളി വിനൈൽ ക്ലോറൈഡ് (Poly Vinyl Chloride - PVC), പോളിയൂറെത്തെയ്ൻ (Polyurethane), കൃത്രിമ റബർ (Synthetic rubber) എന്നിവയാണ് സാധാരണയായി ഉപയോഗിച്ചു വരുന്നത്. അലൂമിനം പൊടിരൂപത്തിൽ ചേർക്കുന്നു.

ഖരഇന്ധനം ചുട്ടെടുക്കുന്ന ബലമേറിയ ലോഹക്കുഴൽ തന്നെയാണ് ദഹനപേടകം ആയി വർത്തിക്കുന്നതെന്ന് നേരത്തെ സൂചിപ്പിച്ചല്ലോ. എന്നാൽ ഇതിൽനിന്ന് വ്യത്യസ്തമായി, ദ്രവ റോക്കറ്റുകളിൽ ഇന്ധനവും ഓക്സിഡൈസറും വെവ്വേറെ സംഭരണികളിൽ ഉള്ളടക്കം ചെയ്തിരിക്കുന്നു. കുഴലുകൾ, പമ്പുകൾ, വാൽവുകൾ തുടങ്ങിയ ഘടകങ്ങൾവഴി ഒഴുകിവന്ന് ഇവ ദഹനപേടകത്തിൽ അനുയോജ്യമായ മർദ്ദത്തോടെ സന്ധിക്കുന്നു; അവിടെവച്ച് ദഹനം നടക്കുകയും ചെയ്യുന്നു. വാൽവുകൾ അടച്ചാൽ റോക്കറ്റിന്റെ പ്രവർത്തനം നിലയ്ക്കുന്നു. ആവശ്യാനുസരണം വാൽവുകളെ നിയന്ത്രിച്ച് റോക്കറ്റിന്റെ തള്ളൽ ക്രമീകരിക്കാം. കൂടാതെ ദ്രവഇന്ധനത്തിന്റെ പ്രവർത്തന ക്ഷമത - Isp - ഗണ്യമായ അളവിൽ മെച്ചപ്പെട്ടതാണെന്ന് നാം മുമ്പ് കണ്ടുകഴിഞ്ഞു. ഒരു നാണയത്തിന്റെ രണ്ടു വശങ്ങളെന്നപോലെ, ദ്രവറോക്കറ്റുകളുടെ ഗുണഫലങ്ങൾക്ക് നാം കൊടുക്കേണ്ടിവരുന്ന വില അതിന്റെ സങ്കീർണ്ണതയാണ്. ഇത്തരം റോക്കറ്റിനുള്ളിൽ അനവധി ചലിക്കുന്ന ഭാഗങ്ങൾ (moving parts) ഉണ്ടെന്നതാണ് അതിന്റെ സങ്കീർണ്ണതയ്ക്ക് കാരണം. ചരിത്രപരമായ കാരണങ്ങളാലാവാം, ഖരറോക്കറ്റിനെ മോട്ടോർ (motor) എന്നും ദ്രവറോക്കറ്റിനെ എൻജിൻ (engine) എന്നും വിവക്ഷിക്കാറുണ്ട്. പേരിലുള്ള ഈ വ്യത്യാസത്തിന് വലിയ പ്രാധാന്യം കൊടുക്കേണ്ടതില്ല.

ദ്രവറോക്കറ്റുകളിൽ ഇന്ധന ഓക്സിഡൈസറുകളായി പല രാസവസ്തുക്കളും ഉപയോഗിക്കാറുണ്ട്. വളരെ പ്രചാരം നേടിയ ഒരു സംയോജനമാണ് ഇന്ധനമായി വർത്തിക്കുന്ന അൺസിമെട്രിക്കൽ ഡൈമീതൈൽ ഹൈഡ്രസീനും (Unsymmertrical Dimethyl Hydrazine) ഓക്സിഡൈസറായ നൈട്രജൻ ടെട്രോക്സൈഡും (Nitrogen Tetroxide). ഇവയുടെ ചുരുക്കപ്പേര് യഥാക്രമം UDMH, N_2O_4 എന്നാണ്. ബാഹ്യമായ ഒരു ജ്വലനോപാധിയുടെ (ignitor) സഹായം കൂടാതെതന്നെ, ദഹനം നടക്കാൻ ഇവ തമ്മിൽ സന്ധിക്കുകയേ വേണ്ടൂ. ഹൈപ്പർഗോളിക് (hypergolic) ഇന്ധനങ്ങളെന്നാണ് ഇവ അറിയപ്പെടുന്നത്. അതുകൊണ്ടുതന്നെ, ഈയിനം ഇന്ധനങ്ങളുടെ അപകടസാധ്യതകളെക്കുറിച്ച് പ്രത്യേകം പറയേണ്ടതില്ലല്ലോ. വളരെ സൂക്ഷിച്ചു കൈകാര്യം ചെയ്യേണ്ട വസ്തുക്കളാണിവ.

ദ്രവഇന്ധനങ്ങളെത്തന്നെ രണ്ടായി തരംതിരിക്കാം. UDMH, N_2O_4 എന്നിവ ആദ്യത്തെ വിഭാഗത്തിൽപ്പെടുന്നു. സാധാരണ അന്തരീക്ഷോഷ്മാവിൽ ഇവയെ സംഭരിച്ചു വയ്ക്കാവുന്നതിനാൽ ഇവയെ എർത്ത്

സ്റ്റോറബ്ൾ (Earth-Storable) ഇന്ധനങ്ങൾ എന്നു വിളിക്കുന്നു. രണ്ടാമത്തെ വിഭാഗത്തിൽപ്പെടുന്നവയാണ് അതിശീത അഥവാ ക്രയോജനിക് (Cryogenic) ഇന്ധനങ്ങൾ. ഗ്രീക്ക് ഭാഷയിൽ ക്രൈയോസ് (Kryos) എന്നാൽ അതിശീതം എന്നാണർത്ഥം.

ദ്രവീകൃത ഹൈഡ്രജനും (Liquid Hydrogen) ദ്രവീകൃത ഓക്സിജനും (Liquid Oxygen) ആണ് പ്രധാനപ്പെട്ട അതിശീത ഇന്ധനങ്ങൾ. ഇവയെ സൗകര്യാർത്ഥം LH_2, LOX എന്നാണ് പതിവായി വിളിക്കുക. ഇവയുടെ ക്വഥനാങ്കം (Boiling point) തുലോം താഴ്ന്നതാണ്. വെള്ളത്തിന്റെ ക്വഥനാങ്കം 100^0C ആണെന്ന് നമുക്കറിയാം. അതുപോലെ വെള്ളം ഖരീഭവിച്ച് ഐസ് ആകുന്നത് 0^0Cലുമാണല്ലോ. സൈബീരിയ തുടങ്ങിയ പ്രദേശങ്ങളിൽ ശീതകാലത്തനുഭവപ്പെടുന്ന ഏറ്റവും താഴ്ന്ന ഊഷ്മാവ് -40^0C (0^0C യിൽനിന്നും 40^0C താഴെ) ആണ്. എന്നാൽ LOXന്റെ ക്വഥനാങ്കം -183^0Cയും LH_2ന്റേത് -253^0Cയുമാണെന്നറിയുമ്പോഴാണ് ഇവ കൈകാര്യം ചെയ്യാനാവശ്യമായി വരുന്ന സാങ്കേതിക വിദ്യയുടെ സങ്കീർണ്ണത നമുക്ക് മനസ്സിലാകുന്നത്. നാം ഐസ്ക്രീം സംഭരിച്ചുവയ്ക്കുന്നത് തെർമസ് ഫ്ളാസ്കിലാണല്ലോ (thermos flask). അതുപോലെ സവിശേഷമായ രീതിയിൽ നിർമ്മിച്ചിട്ടുള്ള ടാങ്കുകളിലാണ് അതിശീത ഇന്ധന ദ്രാവകങ്ങൾ സൂക്ഷിക്കുന്നത്. ടാങ്കുകൾ എത്രതന്നെ പരിഷ്കൃതമാണെങ്കിലും, ചൂട് പുറത്തുനിന്ന് ഉള്ളിലേക്ക് പ്രവേശിച്ചുകൊണ്ടേയിരിക്കുന്നതിനാൽ, ഉള്ളിലെ ദ്രാവകങ്ങൾ തുടർച്ചയായി ബാഷ്പീകൃതമാവുന്നു. തത്ഫലമായി, ടാങ്കിനുള്ളിലെ മർദ്ദം ഒരു പരിധിക്ക് മുകളിൽ ഉയരാതിരിക്കാൻ വേണ്ടി, കൂടെക്കൂടെ ടാങ്കിന്റെ അടപ്പു തുറന്ന്, വാതകം പുറത്തേയ്ക്കുവിട്ട് മർദ്ദം കുറയ്ക്കേണ്ട ആവശ്യമുണ്ട്. അതിശീത ദ്രാവകങ്ങൾ സംഭരിക്കുന്നതുപോലെതന്നെ ശ്രമകരമാണ് അവയുടെ ഉൽപ്പാദനവുമെന്നോർക്കുക. ഒരു നിശ്ചിതപിണ്ഡം വാതകത്തേക്കാൾ വളരെ മടങ്ങ് കുറഞ്ഞ വ്യാപ്തമേ (volume) വേണ്ടൂ, അതിനെ ദ്രവരൂപത്തിൽ സംഭരിക്കാൻ. അപ്പോൾ സംഭരണികളുടെ വലിപ്പം ഗണ്യമായി കുറയ്ക്കാൻ കഴിയുന്നു. റോക്കറ്റിനോടൊപ്പം പറന്നുയരേണ്ട ഈ ടാങ്കുകളുടെ വലിപ്പം പരമാവധി കുറഞ്ഞിരിക്കുന്നത് ഗുണകരമാണല്ലോ. സങ്കീർണ്ണത വലിയ അളവിലുണ്ടെങ്കിലും, അതിശീത ദ്രവ ഇന്ധനം നമുക്ക് പ്രിയമാവുന്നത് മേല്പറഞ്ഞ സൗകര്യം മൂലമാണ്. കൂടാതെ ഇവയുടെ പ്രവർത്തനക്ഷമത, Isp, 'എർത് സ്റ്റോറബ്ൾ' (earth storable) ഇന്ധനങ്ങളെക്കാൾ 50 ശതമാനത്തോളം അധികമാണുതാനും. ഇവയാണ് അതിശീതഇന്ധനങ്ങളുടെ ആകർഷണീയതക്ക് മുഖ്യകാരണങ്ങൾ.

ഇന്ന് വിവിധാവശ്യങ്ങൾക്കുതകുന്ന അനേകം റോക്കറ്റുകൾ പല രാഷ്ട്രങ്ങളുടെയും പക്കലുണ്ട്. ഇവ സൈനികാവശ്യങ്ങൾക്കും സമാധാനപരമായ (peaceful) ആവശ്യങ്ങൾക്കും ഉപയോഗിക്കപ്പെടുന്നു. 1957-ൽ സോവിയറ്റ് യൂണിയൻ വിക്ഷേപിച്ച സ്പുട്നിക്-1 എന്ന ഉപഗ്ര

ഹത്തിന്റെ ഭാരം കേവലം 83 കി ഗ്രാം ആയിരുന്നുവെങ്കിൽ, ടൺ (1 ടൺ = 1000 കി ഗ്രാം) കണക്കിന് ഭാരമുള്ള ഉപഗ്രഹങ്ങൾ ഇന്ന് സർവ്വസാധാരണമാണ്. നിലവിലുള്ള സന്ദേശവിനിമയോപഗ്രഹങ്ങളിൽ കൂടുതലും മൂന്നുടണ്ണിലേറെ ഭാരമുള്ളവയാണ്.

സൈനികാവശ്യങ്ങൾക്കായി പോർമുനയും (warhead) വഹിച്ചു കൊണ്ടു പായുന്ന റോക്കറ്റുകളെ മിസൈലുകളെന്നാണ് സാധാരണയായി വിളിക്കുന്നതെന്ന് നാം നേരത്തെകണ്ടല്ലോ. air-to-air, sea-to-air, surface-to-air എന്നിങ്ങനെ പലവിധ സൈനിക മിസൈലുകളെക്കുറിച്ചും നാം കേട്ടിട്ടുണ്ട്. കൂടാതെ ഇവ സഞ്ചരിക്കുന്ന ദൂരത്തിനനുസരിച്ച് ഇവയെ ഹ്രസ്വദൂര; മധ്യദൂര; അതിദൂര മിസൈലുകളായും തരംതിരിച്ചിട്ടുണ്ട്. ഒരു സ്ഥലത്തുനിന്നും തൊടുത്തുവിടുന്ന ഈ മിസൈലുകൾ അവയുടെ ലക്ഷ്യത്തിന്റെ നേർക്ക് പ്രഹരശേഷിയുമായി പായുകയാണ് ചെയ്യുന്നത്. ഇതിൽനിന്നും തികച്ചും വ്യത്യസ്തമാണ് ഉപഗ്രഹ വിക്ഷേപണ വാഹനങ്ങളുടെ കർത്തവ്യം. പോർമുനയുടെ സ്ഥാനത്ത് ഘടിപ്പിച്ചിരിക്കുന്ന ഉപഗ്രഹത്തെ ഭൗമാന്തരീക്ഷത്തിനുമപ്പുറം ഒരു നിശ്ചിത ഭ്രമണപഥത്തിലെത്തിക്കുക എന്നതാണ് വിക്ഷേപണവാഹനത്തിന്റെ ദൗത്യം. ഭൗമോപരിതലത്തിൽ നിന്ന് 500 കി മി-ഓളം അകലത്തിലുള്ള ഒരു ഭ്രമണപഥത്തിലൂടെ ഉപഗ്രഹം ഭൂമിയെ പ്രദക്ഷിണം ചെയ്തുകൊണ്ടിരിക്കണമെങ്കിൽ അതിന് ഏകദേശം 7 $^1/_2$ കി മീ/സെക്കന്റ് എന്നയളവിൽ വേഗമുണ്ടായേ പറ്റൂ. കൂടുതൽ പരിചിതമായ വാക്കുകളിൽ പറഞ്ഞാൽ, മേൽപ്പറഞ്ഞ വേഗം ഏകദേശം 29000 കിലോമീറ്റർ/മണിക്കൂർ ആണ്. ഈ വേഗത്തോടെ ഉപഗ്രഹത്തെ ഭ്രമണപഥത്തിലേക്ക് തള്ളിവിടുന്നതോടെ വിക്ഷേപണവാഹനത്തിന്റെ ദൗത്യം സഫലമാകുന്നു. ഇത്രയും ഉയർന്ന വേഗം നേടാൻ വിക്ഷേപണ വാഹനത്തിൽ ഒരൊറ്റ റോക്കറ്റ് മാത്രം പോരാതെ വരുന്നു. അതിനാൽ ഒന്നിനു പിന്നാലെ അടുത്തത് എന്ന രീതിയിൽ പ്രവർത്തിക്കുന്ന ബഹുഘട്ട (multistage) റോക്കറ്റുകൾ -സാധാരണയായി മൂന്നോ നാലോ ഘട്ടങ്ങൾ-ഒരു വിക്ഷേപണവാഹനത്തിലുണ്ടായിരിക്കും. ഒന്നാംഘട്ടത്തിനു മുകളിൽ രണ്ടാംഘട്ടം, അതിനുമുകളിൽ മൂന്നാംഘട്ടം എന്നിങ്ങനെയാണ് ബഹുഘട്ട വിക്ഷേപണ വാഹനത്തിന്റെ ഘടന. ഏറ്റവും താഴെയായി സ്ഥിതിചെയ്യുന്ന ഒന്നാം ഘട്ടത്തെ (first stage) അഥവാ ബൂസ്റ്റർ (booster) എന്നു വിളിക്കുക പതിവാണ്. ഉപഗ്രഹമുൾപ്പെടെ മുഴുവൻ വാഹനത്തിന്റെയും ഭാരം വഹിച്ചുകൊണ്ട് ഭൂഗുരുത്വാകർഷണത്തിനെതിരായി ഉയരേണ്ട അതികഠിനമായ ജോലിയാണ് ബൂസ്റ്ററിനുള്ളത്. അതിനുള്ളിലെ ഇന്ധനം മുഴുവൻ കത്തിത്തീർന്നു കഴിയുമ്പോൾ ഒന്നാംഘട്ടം വാസ്തവത്തിൽ ഉപയോഗശൂന്യമായിത്തീരുകയാണല്ലോ. അതുകൊണ്ട്, വാഹനത്തിന്റെ രണ്ടാം ഘട്ടത്തിന്റെ (second stage) പ്രവർത്തനം തുടങ്ങുന്നതിനു മുമ്പുതന്നെ, ബൂസ്റ്ററിനെ വാഹനത്തിൽനിന്നും വേർപെടുത്തേണ്ടതായുണ്ട്. ഇങ്ങനെ വേർപെടുന്ന ഘട്ടം ഭൂമിയിലേക്ക് - സുരക്ഷാകാരണങ്ങളാൽ പലപ്പോഴും

സമുദ്രത്തിൽ - പതിക്കുന്നു. ഉപയോഗശൂന്യമായിക്കഴിഞ്ഞ ഘട്ടത്തേയും വഹിച്ചുകൊണ്ടുയരുക എന്ന വ്യർത്ഥമായ ചുമതലയിൽ നിന്നും പിൻഗാമികളായ ഘട്ടങ്ങളെ (upper stage) മുക്തമാക്കുക എന്നതാണ് ഇപ്പറഞ്ഞ ഘട്ടവിഘടനത്തിന്റെ (stage separation) ഉദ്ദേശ്യം. ഒരു റിലേ ഓട്ടം (relay race) പോലെയുള്ള ഈ പ്രവർത്തനം അവസാനഘട്ടം (final stage) വരെ തുടർന്നുകൊണ്ടിരിക്കുന്നു. ഈ ഘട്ടത്തിന്റെ സഞ്ചാരപഥം മിക്കവാറും ഭൗമോപരിതലത്തിന് സമാന്തരമായിരിക്കും. ഇന്ധനം ദഹിച്ചുതീരുന്നതിനു മുമ്പുതന്നെ ഭ്രമണപഥത്തിനാവശ്യമായ വേഗവും നേടിയിട്ടുണ്ടാകും.

വിക്ഷേപണവാഹനം ഭൗമോപരിതലത്തിൽനിന്നും യാത്ര തിരിക്കുന്നത് ഭൂമിക്ക് ലംബമായ (vertical) സഞ്ചാരപഥത്തിലൂടെയാണ് (trajectory). അപ്പോഴുള്ള താരതമ്യേന കുറഞ്ഞ വേഗത്തോടെ അന്തരീക്ഷത്തിന്റെ സാന്ദ്രതയേറിയ കീഴ്തലങ്ങൾ ഭേദിച്ച് കഴിയുന്നതുംവേഗം പുറത്തുകടക്കേണ്ടതായുണ്ട്. അതിനുശേഷം മാത്രമാണ് സഞ്ചാരപഥം

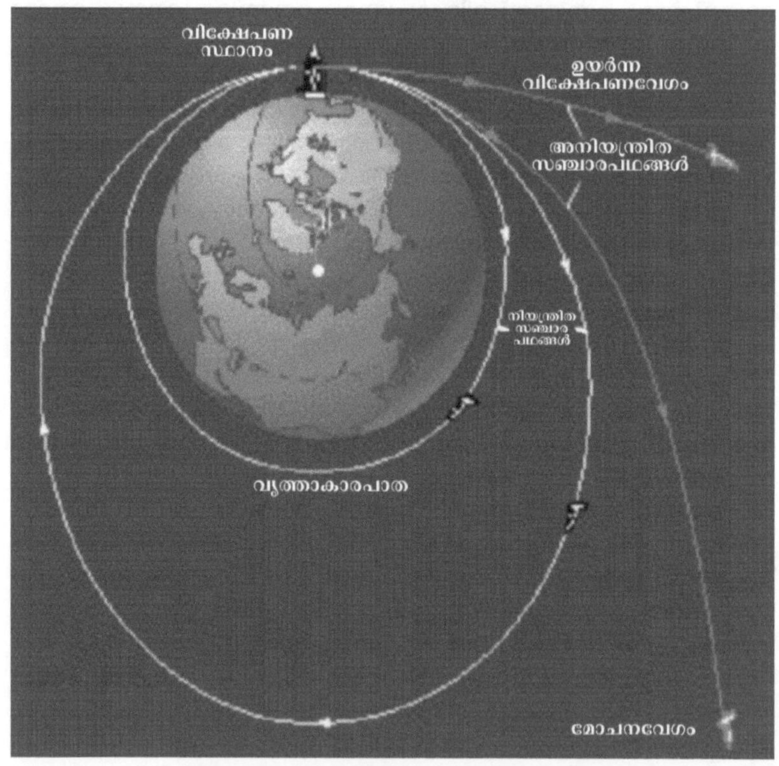

കൃത്രിമോപഗ്രഹത്തിന്റെ സഞ്ചാരപഥം

ക്രമേണ ആവശ്യാനുസരണം ചരിഞ്ഞ്, അവസാനഘട്ടമാകുമ്പോൾ ഭൗമോപരിതലത്തിനു സമാന്തരമാകുന്നത്.

നിർദ്ദിഷ്ട ഉയരത്തിൽ, അനുയോജ്യമായ വേഗവും ദിശയും നേടിക്കഴിഞ്ഞാൽ ശേഷിക്കുന്ന ജോലി അവസാനഘട്ടത്തിൽ നിന്നും ഉപഗ്രഹത്തെ വേർപെടുത്തുക എന്നതുമാത്രമാണ്. അതോടെ വിക്ഷേപണ വാഹനത്തിന്റെ ദൗത്യം പൂർത്തിയാകുന്നു. ഉപഗ്രഹത്തിനു പകരം വിക്ഷേപണവാഹനം വഹിക്കുന്നത് ചന്ദ്രനെയോ മറ്റേതെങ്കിലും ഗോളത്തെ ലക്ഷ്യമാക്കി യാത്രചെയ്യേണ്ട പേടകമാണെന്നുവരികിൽ, വാഹനത്തിന്റെ അവസാനഘട്ടത്തിന്റെ വേഗം 11.2 കിലോമീറ്റർ/സെക്കന്റ് (40,000 കിലോമീറ്റർ/മണിക്കൂർ) ആയിരിക്കണം. ഇതിനെ ഭൗമമോചനവേഗം എന്നുവിളിക്കുന്നു. ഈ വേഗമുള്ള ഒരു വസ്തുവിനു മാത്രമേ, ഭൂഗുരുത്വാകർഷണത്തെ അതിജീവിച്ച് ലക്ഷ്യത്തിലേക്ക് കുതിക്കാനാവൂ.

4

ഉപഗ്രഹങ്ങൾ

ആയിരത്തി തൊള്ളായിരത്തി അമ്പത്തിയേഴ് ഒക്ടോബർ 4–ാം തീയതി ഭൂമിയെച്ചുറ്റിയുള്ള ഭ്രമണപഥത്തിൽ പ്രവേശിച്ച സ്പുട്നിക്-1 നെ കൃത്രിമോപഗ്രഹം എന്നാണ് വിളിച്ചിരുന്നത്. കാലക്രമേണ ഉപഗ്രഹവിക്ഷേപണം സാധാരണ സംഭവമായതോടെ 'കൃത്രിമം' എന്ന വിശേഷണപദം നാം ഉപേക്ഷിച്ചു.

ഭാരംകൂടിയ ഒരു വസ്തുവിന്റെ ചുറ്റും ഭ്രമണം ചെയ്തുകൊണ്ടിരിക്കുന്ന താരതമ്യേന ഭാരംകുറഞ്ഞ മറ്റൊരു വസ്തുവിനെയാണ് നാം ഉപഗ്രഹമെന്നു വിളിക്കുന്നത്. എന്തിനെച്ചുറ്റിയാണോ ഉപഗ്രഹം കറങ്ങുന്നത്, അതിനെ കേന്ദ്രവസ്തു (central body) എന്നു വിളിക്കുന്നു. തുടക്കവും ഒടുക്കവും വ്യത്യസ്തമായി വേർതിരിച്ചറിയാൻ കഴിയാത്ത ഒരു 'അടഞ്ഞ' (closed) പാതയാണ് ഭ്രമണപഥം. ഇത് വൃത്താകൃതിയിലോ ദീർഘവൃത്താകൃതിയിലോ (ellipse) ആകാം.

യഥാർത്ഥത്തിൽ ദീർഘവൃത്തത്തിന്റെ ഒരു പ്രത്യേക രൂപഭേദമാണ് വൃത്തം എന്ന് എളുപ്പത്തിൽ മനസ്സിലാക്കാവുന്നതാണല്ലോ. ഭ്രമണപഥം സദാ ആവർത്തിച്ചുകൊണ്ടിരിക്കും. ഏകദേശം 450കോടി വർഷങ്ങളായി ചന്ദ്രൻ ഭൂമിയെ ചുറ്റുകയല്ലേ? ഈ സന്ദർഭത്തിൽ, സഞ്ചാരപഥം (trajectory) എന്ന സാങ്കേതികപദത്തിന്റെ അർത്ഥം മനസ്സിലാക്കുന്നത് നല്ലതാണെന്നു തോന്നുന്നു. വിക്ഷേപണത്തട്ടിൽ (launch pad)തുടങ്ങി, ഉപഗ്രഹത്തിൽ നിന്നും വേർപെടുത്തുന്നതുവരെയുള്ള വിക്ഷേപണവാഹനത്തിന്റെ പാതയെ സാധാരണയായി സഞ്ചാരപഥം എന്നു വിളിക്കുന്നു.

വിക്ഷേപണത്തിന് സജ്ജമാക്കി നിർത്തിയിരിക്കുന്ന റോക്കറ്റ്

ഇതിന് നിശ്ചിതമായ ഒരു ആരംഭവും അവസാനവുമുണ്ട്. ഇത് ആവർത്തന സ്വഭാവമുള്ളതല്ല. ഭ്രമണപഥവും (orbit) സഞ്ചാരപഥവും (trajectory) തമ്മിലുള്ള ഈ വ്യത്യാസം പ്രധാനമാണ്. ഒരു ചാന്ദ്രപേടകത്തിന്റെ സഞ്ചാരപഥം ഭൂമിയിൽ തുടങ്ങി ചന്ദ്രനിൽ അവസാനിക്കുന്നു.

ഭ്രമണപഥത്തെക്കുറിച്ചു മനസ്സിലാക്കാൻ ഭൂമിയുടെയും ചന്ദ്രന്റെയും കാര്യംതന്നെ എടുക്കുക. ന്യൂട്ടന്റെ സാർവ്വത്രിക ഗുരുത്വാകർഷണനിയമം അനുസരിച്ച് ഭൂമിക്കും ചന്ദ്രനും തമ്മിൽ ഒരു ഗുരുത്വാകർഷണബലം നിലനിൽക്കുന്നു. ഈ ബലം ഭൂമിയുടെയും ചന്ദ്രന്റെയും പിണ്ഡങ്ങളുടെ ഗുണനഫലത്തിന് ആനുപാതികമാണ്; അതേസമയം അവയ്ക്ക് തമ്മിലുള്ള അകലത്തിന്റെ വർഗ്ഗത്തിന് (square) വിപരീതാനുപാതികവുമായിരിക്കും. ഇതാണ് പ്രസിദ്ധമായ വിപരീത-വർഗ്ഗാനുപാതിക നിയമം (Inverse Square Law). കൈവിട്ടാൽ ഒരു കല്ല് താഴേക്കു വീഴുന്നത് ഭൂമിയുടെ ആകർഷണത്താലാണ്. ചന്ദ്രൻ ഭൂമിയിൽ നിന്ന് ഏകദേശം 3.8 ലക്ഷം കിലോമീറ്റർ അകലെയാണ്. ആ അകലത്തിൽപ്പോലും ഭൂഗുരുത്വാകർഷണബലം അപ്രത്യക്ഷമാവുന്നില്ല. എന്നാലെന്തുകൊണ്ട് ചന്ദ്രൻ ഭൂമിയിലേക്കു പതിക്കുന്നില്ല? ചന്ദ്രൻ 1 കിലോമീറ്റർ/സെക്കന്റ് വേഗതയോടെ ഭൂമിയെ പ്രദക്ഷിണം ചെയ്യുന്നുവെന്നതാണ് ഇതിനു കാരണം. അഭ്യാസികൾ വലിയ ഗോള

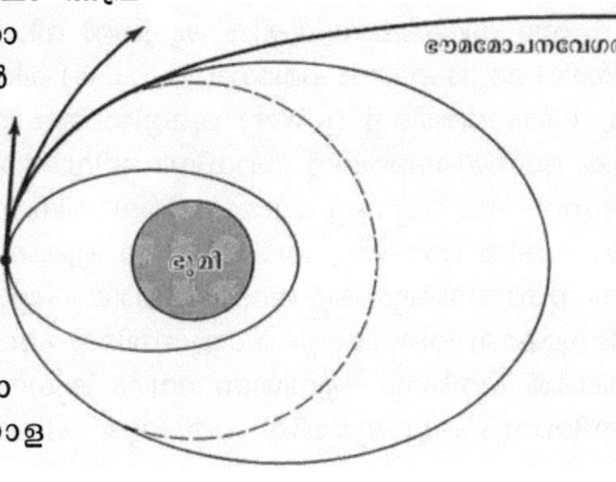

ഉത്തരധ്രുവത്തിലെ ചന്ദ്രോദയം

ങ്ങൾക്കുള്ളിൽ മോട്ടോർ സൈക്കിൾ ഓടിക്കുന്നതു കണ്ടിട്ടില്ലേ? ഓട്ടം നിറുത്തുന്നപക്ഷം അഭ്യാസി താഴെ വീഴും. ചന്ദ്രൻ വാസ്തവത്തിൽ ഭൂമിയിലേക്ക് പതിച്ചുകൊണ്ടിരിക്കുക തന്നെയാണ്. എന്നാൽ അതിന്റെ പ്രദക്ഷിണ വേഗംമൂലം, ഭൂമിയിൽ എത്തുന്നില്ല എന്നു മാത്രം. കേന്ദ്രവസ്തുവിൽ നിന്നും ഒരു നിശ്ചിത അകലത്തിലുള്ള ഭ്രമണപഥത്തിന് എന്തുവേഗമുണ്ടായിരിക്കണമെന്ന് ഗണിച്ചെടുക്കുക പ്രയാസമല്ല. ഇപ്രകാരമുള്ള ഭ്രമണവേഗം (orbital velocity) ഭൂമിയുടെ ഉപരിതലത്തിൽ നിന്ന് 500 കിലോമീറ്ററോളം അകലത്തിലുള്ള ഭ്രമണപഥത്തിൽ ഏകദേശം 7.5 കിലോമീറ്റർ/സെക്കന്റ് ആയിരിക്കുമെന്ന് നാം മുമ്പുകണ്ടു. കൂടുതൽ ഉയരത്തിലുള്ള ഭ്രമണപഥത്തിൽ വേഗം കുറഞ്ഞിരിക്കും എന്നു കാണാവുന്നതാണ്. 36000 കിമീ ഉയരത്തിൽ പ്രദക്ഷിണം ചെയ്യുന്ന സന്ദേശ വിനിമയോപഗ്രഹങ്ങളുടെ വേഗത 3 കിലോമീറ്റർ/സെക്കന്റ് ആണ്. 3.8 ലക്ഷം കിലോമീറ്റർ ദൂരത്തുള്ള ചന്ദ്രൻ 1 കിലോമീറ്റർ/സെക്കന്റ് എന്ന തോതിൽ സഞ്ചരിച്ചുകൊണ്ടിരിക്കുന്നുവെന്ന് നമുക്കറിയാം. വിക്ഷേപണവാഹനം ഉപഗ്രഹത്തെ ഉയർത്തി ഒരു നിശ്ചിത ഉയരത്തിൽ എത്തിച്ചതിനുശേഷം, അനുസൃതമായ ഭ്രമണവേഗതയോടെ ഭൗമോപരിതലത്തിന് സമാന്തരമായി (horizontal) തള്ളിവിടുന്നു. ഇതാണ് ഭ്രമണപഥ നിക്ഷേപിക്കൽ (orbital injection).

ഈ വിക്ഷേപണപ്രക്രിയ കൂടുതൽ വിശദമായി മനസ്സിലാക്കുന്നതിനായി ഒരുദാഹരണം പരിശോധിക്കാം. 100 കിലോമീറ്ററോളം ഉയരമുള്ള ഒരു ഗോപുരത്തിന്റെ (tower) മുകളിൽ നാം നിൽക്കുന്നുവെന്നു കരുതുക. അന്തരീക്ഷത്തിന്റെ സ്വാധീനം ഒഴിവാക്കാനാണിങ്ങനെ സങ്കൽപ്പിക്കുന്നത്. നാം ഒരു കല്ല് ഭൗമോപരിതലത്തിന് സമാന്തരമായി എറിയുകയാണെങ്കിൽ അതിൽ പ്രവർത്തിക്കുന്ന ഏകബലം ഭൂഗുരുത്വാകർഷണത്തിന്റേതായിരിക്കും. കല്ല് മുന്നോട്ടു യാത്രചെയ്യുന്നതോടൊപ്പം താഴേക്ക് വീണുകൊണ്ടിരിക്കുകയും ചെയ്യുന്നതിന്റെ ഫലമായി അല്പം മുന്നിൽ ഭൂമിയിൽ പതിക്കും. എറിയുന്ന വേഗം കൂടുന്നതനുസരിച്ച്, കൂടുതൽ മുന്നിലാവും കല്ല് ഭൂമിയിൽ പതിക്കുക. ചിലപ്പോൾ ചക്രവാളത്തിനു

മപ്പുറം, നമുക്കു കാണാൻ കഴിയാത്ത അകലത്തിൽ പതിച്ചെന്നു വരും. എറിയുന്ന വേഗം എപ്പോൾ 7.5 കിലോമീറ്റർ/സെക്കന്റ് ആകുന്നുവോ, അപ്പോൾ കല്ല് ഭൂമിയുടെ ഒരു ഉപഗ്രഹമായി മാറിക്കഴിയും; ആവർത്തിച്ചാവർത്തിച്ച് അത് ഭൂമിയെ പ്രദക്ഷിണം ചെയ്തുകൊണ്ടേയിരിക്കും! ഇതുതന്നെയാണ് ഉപഗ്രഹ വിക്ഷേപണ വാഹനവും ചെയ്യുന്നത്. കല്ലിന്റെ വേഗം 11.2 കിലോമീറ്റർ/സെക്കന്റായി വർദ്ധിച്ചാൽ, അത് ഭൂഗുരുത്വ സ്വാധീനവലയത്തിൽനിന്നും രക്ഷപ്പെട്ട് അനന്തതയിലേക്ക് യാത്ര ആരംഭിക്കും.

ഭ്രമണപഥത്തിലൂടെയുള്ള ഉപഗ്രഹത്തിന്റെ നിതാന്തസഞ്ചാരം മറ്റൊരു ലളിതമായ രീതിയിലും നോക്കിക്കാണാവുന്നതേയുള്ളൂ. ഉപഗ്രഹത്തിന്റെ ചലനത്തിന് പരസ്പരബന്ധമില്ലാത്ത രണ്ട് ഘടകങ്ങളാണുള്ളത്. ഒന്ന്: മുന്നോട്ടുള്ള യാത്ര; രണ്ട്: ഭൂമിയിലേക്കുള്ള പതനം. ഇവ രണ്ടും പരസ്പരം സ്വാധീനമില്ലാത്തവയാണെങ്കിലും, രണ്ടിന്റെയും ഒരുമിച്ചുള്ള പ്രവർത്തനഫലമായി ഉപഗ്രഹം ഒരു വർത്തുള (arc) പാതയിലൂടെയാകും സഞ്ചരിക്കുക. വേഗം 7.5 കിലോമീറ്റർ/സെക്കന്റ് എന്നുകരുതിയാൽ, ഒരു സെക്കന്റിൽ 7.5 കിലോമീറ്റർ മുന്നോട്ട് സഞ്ചരിക്കുമല്ലോ. ഇതേ ഒരു സെക്കന്റിൽ തന്നെ, ഭൂഗുരുത്വാകർഷണ ഫലമായി ഉപഗ്രഹം 5 മീറ്റർ താഴേക്ക് വീഴുകയും ചെയ്യും. ഭൂമി ഒരു ഗോളമാണല്ലോ. ഭൂമിയുടെ ഉപരിതലത്തിലെ ഏതെങ്കിലും ഒരു സ്ഥലത്തുനിന്ന് നാം നടന്നു തുടങ്ങിയാൽ, 7.5 കിലോമീറ്റർ കഴിയുമ്പോൾ തുടങ്ങിയിടത്തെ സമാന്തര തലത്തിൽ നിന്നും ഏകദേശം 5 മീറ്റർ താഴെയുള്ള ഒരു സമാന്തര തലത്തിൽ എത്തിച്ചേർന്നിരിക്കുന്നതായി കാണാം. അതായത് ഭൗമോപരിതലത്തിന്റെ വക്രത ഓരോ 7.5 കിലോമീറ്ററിനും 5 മീറ്റർ എന്ന തോതിലാണെന്നർത്ഥം. ഇതുപോലെ, ഉപഗ്രഹം മുന്നോട്ട് പോകുന്നതോടൊപ്പം ഭൂമിയുടെനേർക്ക് പതിക്കുന്നതിനാൽ, ഭൂമിക്കും ഉപഗ്രഹത്തിനും ഇടയ്ക്കുള്ള അകലം വ്യത്യാസമില്ലാതെ സ്ഥിരമായിരിക്കുന്നു. ഉപഗ്രഹം ഭൂമിയിലേക്ക് പതിച്ചുകൊണ്ടേയിരിക്കുന്നു; പക്ഷേ ഭൗമോപരിതലം അതിനനുസരിച്ച് പിടികൊടുക്കാതെ വളഞ്ഞു മാറിക്കൊണ്ടുമിരിക്കുന്നു. പട്ടി അതിന്റെ വാലിൽ കടിക്കാനായി അതിവേഗം കറങ്ങുന്ന രംഗം ഇവിടെയോർക്കുന്നതു നന്നായിരിക്കും.

സാധാരണ ഭാഷയിൽ ഇത്രയും പറഞ്ഞതിനെ ശാസ്ത്രീയ പദങ്ങളിലേക്ക് ഇനി മൊഴിമാറ്റം നടത്താം:- ഉപഗ്രഹത്തിന്റെ ജഡതയ്ക്ക് (inertia) അഥവാ മുന്നോട്ടുതന്നെ പൊയ്ക്കൊണ്ടിരിക്കാനുള്ള പ്രവണതയ്ക്ക് കടിഞ്ഞാണിട്ടുകൊണ്ട് ഭൂഗുരുത്വാകർഷണം സന്തുലിതാവസ്ഥ സൃഷ്ടിക്കുന്നു.

അന്തരീക്ഷവുമായുള്ള ഘർഷണം അവഗണിച്ചാൽ, ഭൂമിയിലേക്ക്, പതിച്ചുകൊണ്ടിരിക്കുന്ന ഒരു വസ്തുവിൽ ഭൂഗുരുത്വാകർഷണം മാത്രമേ

ഭ്രമണപഥചരിവ്

പ്രവർത്തിക്കുന്നുള്ളൂ. ഈ അവസ്ഥയെ സ്വതന്ത്രപതനം (free fall) എന്നാണ് വിളിക്കുക. ബഹിരാകാശ യാത്രികർ അനുഭവിക്കുന്ന സുപരിചിതമായ ഭാരരഹിതാവസ്ഥയുടെ കാരണം ഈ സ്വതന്ത്രപതനം തന്നെയാണ്. ഭാരരഹിതാവസ്ഥയെ (weightlessness) ഗുരുത്വാഭാവം (zero gravity) എന്നും വിവക്ഷിക്കാറുണ്ട്. ഭൂഗുരുത്വം അപ്രത്യക്ഷമാവുന്നതുകൊണ്ടല്ല; നേരേമറിച്ച്, സ്വതന്ത്രപതനം കൊണ്ടാണ് ഭാരരഹിതാവസ്ഥ അനുഭവപ്പെടുന്നത് എന്ന ശാസ്ത്രീയഭാഷ്യം ഓർത്തിരിക്കുന്നത് നല്ലതാണ്.

ഭ്രമണപഥത്തിലേക്ക് തൊടുത്തുവിടുന്ന നിമിഷത്തിൽ ഉപഗ്രഹത്തിന്റെ വേഗം, ദിശ എന്നിവയുടെ കൃത്യത വളരെ പ്രാധാന്യമർഹിക്കുന്നു. ഭ്രമണപഥം, സാമാന്യമായിപ്പറഞ്ഞാൽ, ദീർഘവൃത്താകൃതിയുള്ളതായിരിക്കും. വൃത്താകൃതിയുള്ള ഭ്രമണപഥം കൈവരിക്കാൻ കൂടുതൽ സൂക്ഷ്മമായ നിയന്ത്രണം ആവശ്യമായി വരുന്നു. സന്ദേശ വിനിമയോപഗ്രഹങ്ങളുടെ ഭ്രമണപഥം തികച്ചും വൃത്താകൃതിയിലുള്ളതാണ്.

ഇത് ഭൂസ്ഥിര ഭ്രമണപഥമെന്നറിയപ്പെടുന്നു. ഉപഗ്രഹം സാധാരണയായി ഒരു ദീർഘവൃത്താകൃതിയുള്ള ഭ്രമണപഥത്തിലാണ് തുടക്കത്തിൽ പ്രവേശിക്കുന്നത്. അതിനുശേഷം, അല്പാല്പമായി നിയന്ത്രിച്ച് ഭ്രമണപഥത്തെ വൃത്താകൃതിയിലാക്കുകയാണ് ചെയ്യുന്നത്. ഭൂമിയുടെ ഉപരിതലത്തിൽ നിന്ന് 36000 കി മീ ഉയരത്തിൽ ഭൂമധ്യരേഖയ്ക്ക് നേരെമുകളിലായിട്ടാണ് വൃത്താകൃതിയുള്ള ഭൂസ്ഥിരഭ്രമണപഥം സ്ഥിതി ചെയ്യുന്നത്.

ചന്ദ്രയാൻ-1

ഏത് ഭ്രമണപഥവും പാലിച്ചിരിക്കേണ്ട ഒരു നിയമമുണ്ട് - ഭ്രമണ പഥ പ്രതലം (orbital plane) ഭൗമകേന്ദ്രത്തിലൂടെ (centre of earth) കടന്നുപോയിരിക്കണം എന്നതാണീ നിയമം. ഒരു വൃത്തത്തിന് കേന്ദ്ര ബിന്ദു ഒന്നല്ലേയുള്ളൂ. എന്നാൽ വൃത്തത്തെ വലിച്ചുനീട്ടി ഒരു ദീർഘവൃത്തമാക്കി മാറ്റുന്നുവെന്നു കരുതുക. കേന്ദ്രബിന്ദു രണ്ടായിപിരിഞ്ഞ് പരസ്പരം അകന്നുപോകുന്നു. ഈ പുതിയ രണ്ടു ബിന്ദുക്കളെ ഫോക്കസ് (focus) എന്നാണ് വിളിക്കുന്നത്. ഫോക്കസുകൾ രണ്ടും ഭ്രമണപഥപ്രതലത്തിൽ തന്നെയാണെങ്കിലും, ഇവയിലൊന്ന് ഭൂമിക്കുള്ളിൽ ഭൗമകേന്ദ്രത്തിനോടടുത്തും, രണ്ടാമത്തെ ഫോക്കസ് ഭൂമിക്ക് പുറത്തുമായിരിക്കും എന്ന് നാം മനസ്സിലാക്കണം. ദീർഘവൃത്ത ഭ്രമണപഥത്തിൽ, ഭൗമോപരിതലത്തിനോട് ഏറ്റവും അടുത്തുള്ള ബിന്ദുവാണ് പെരിജി (perigee); ഏറ്റവും ദൂരത്തിലുള്ള ബിന്ദു അപോജിയും (apogee). ഭ്രമണപഥം വൃത്തമാകുമ്പോൾ പെരിജിയും അപോജിയും തമ്മിൽ വ്യത്യാസമില്ല എന്ന് പ്രത്യേകം പറയേണ്ടതില്ലല്ലോ. ഉദാഹരണത്തിന്, സ്പുട്നിക് - 1-ന്റെ പെരിജിയും അപോജിയും യഥാക്രമം 225 കിലോമീറ്ററും 940 കിലോമീറ്ററും അകലത്തിലായിരുന്നു. സന്ദേശവിനിമയോപഗ്രഹങ്ങളുടെ ഭൂസ്ഥിര ഭ്രമണപഥത്തിന്റെ പെരിജിയും അപോജിയും 36000 കിലോമീറ്റർ ഉയരത്തിലായിരിക്കും. ഭ്രമണപഥത്തിന്റെ ഉയരം, പെരിജി, അപോജി ഇവയെല്ലാം ഭൗമോപരിതലത്തിൽ നിന്നുള്ള ദൂരത്തെയാണ് സൂചിപ്പിക്കുന്നത്. എന്നാൽ ഗണിതസമവാക്യങ്ങളിൽ പ്രത്യക്ഷപ്പെടുന്ന അകലം

* ചന്ദ്രയാൻ-1 വിക്ഷേപിക്കുന്നതിന് മുമ്പാണ് ഈ ഗ്രന്ഥം രചിക്കപ്പെടുന്നത്. 2008 ഒക്ടോബർ 22ന് ചന്ദ്രയാൻ വിക്ഷേപിച്ചു. ഈ പേടകത്തെ വഹിച്ചത് PSLV ആണ്.

ഭൗമകേന്ദ്രത്തിൽ നിന്നുവേണം അളക്കേണ്ടത് എന്നകാര്യം പ്രത്യേകം ശ്രദ്ധിക്കണം. വൃത്തഭ്രമണപഥത്തിനാവശ്യമായ വേഗത്തിന്റെ 40% കൂടുതലായാൽ 'മോചനവേഗം' ആയിത്തീരും. ഭൂഗുരുത്വാകർഷണത്തെ ഭേദിച്ച് യാത്ര തുടരാൻ ഈ വേഗം മതിയാകും. അപ്രകാരം നാം വിക്ഷേപിക്കുന്നത് ഉപഗ്രഹമല്ല; മറിച്ച് ഗോളാന്തര പേടകമാണ് (space probe). *ഭാരതം താമസിയാതെ വിക്ഷേപിക്കാനിരിക്കുന്ന ചന്ദ്രയാൻ-1 ഇപ്രകാരമുള്ള ഒരു ഗോളാന്തര പേടകമാണ്.

ഭ്രമണപഥത്തിന്റെ ആകൃതി, വലിപ്പം, മധ്യരേഖയുമായുള്ള ചരിവ് (orbital inclination) എന്നിവ ഉപഗ്രഹത്തിന്റെ ദൗത്യത്തെ ആശ്രയിച്ചിരിക്കുന്നു. വിദൂര സംവേദനോപഗ്രഹങ്ങൾ ഭൂരിഭാഗവും ഭൂമിയുടെ ധ്രുവങ്ങളുടെ മുകളിലൂടെയാണ് സഞ്ചരിക്കുക; സന്ദേശ വിനിമയോപഗ്രഹങ്ങളാകട്ടെ, മധ്യരേഖയ്ക്ക് മുകളിലും. ഈ രണ്ടു പരിധികൾക്കും (0° - 90°) ഇടയ്ക്ക് ഏതു ചരിവിലും ഉയരത്തിലും എണ്ണിയാലൊടുങ്ങാത്ത ഭ്രമണപഥങ്ങൾ സാധ്യമാണ്. ഭൂമിയെ ഒരുവട്ടം പ്രദക്ഷിണം ചെയ്യാനെടുക്കുന്ന സമയമാണ് ഭ്രമണകാലം (orbital period). ഭ്രമണപഥത്തിന്റെ ഉയരം കൂടുന്നതനുസരിച്ച് ഭ്രമണകാലവും ദീർഘിക്കും. 500 കിലോമീറ്റർ ഉയരത്തിൽ ഭ്രമണകാലം 95 മിനിട്ട് ആയിരിക്കെ, 36000 കിലോമീറ്റർ ഉയരമാവുമ്പോൾ അത് ഏകദേശം 24 മണിക്കൂറായി വർദ്ധിച്ചിരിക്കും.

ഉൽക്ക

'ഔദ്യോഗികമായി' നിർവ്വചിക്കപ്പെട്ടിട്ടുള്ള ബഹിരാകാശം ഭൗമോപരിതലത്തിൽ നിന്നും 100കിലോമീറ്റർ മുതൽ തുടങ്ങുന്നു. ഏകദേശം 70 കിലോമീറ്ററിന് പുറത്ത് നമ്മുടെ അന്തരീക്ഷം ഇല്ല എന്നുതന്നെപറയാം. എന്നാലും നേരിയ സാന്ദ്രതയിൽ പരമാണുക്കളും തന്മാത്രകളും അവിടെയുമുണ്ട്. ഉപഗ്രഹങ്ങൾ സഞ്ചരിക്കുന്ന വേഗം വളരെ ഉയർന്നതായതിനാൽ, സാന്ദ്രത കുറഞ്ഞ അന്തരീക്ഷവുമായുള്ള ഘർഷണംപോലും വലിയ അളവിൽ താപം സൃഷ്ടിക്കുന്നു. എയ്റോഡൈനാമിക് ഡ്രാഗ് (aerodynamic drag) എന്നറിയപ്പെടുന്ന ഈ ഘർഷണം ഉപഗ്രഹത്തിന്റെ വേ

ഗത ക്രമേണ കുറച്ചുകൊണ്ടു വരുന്നു. വേഗം കുറയുമ്പോൾ, ഉപഗ്രഹം ഭൂമിയോടടുക്കുന്നതുകൊണ്ട് സാന്ദ്രത കൂടിയ അന്തരീക്ഷത്തിലൂടെ സഞ്ചരിക്കേണ്ടി വരുന്നു. ഇത് പലപ്രാവശ്യം ആവർത്തിക്കുമ്പോൾ, താപം കൊണ്ട് ഉപഗ്രഹം കത്തിപ്പോവുകയാണ് പതിവ്. ഗ്രഹാന്തര ഭാഗത്തു നിന്നും യാത്രതുടങ്ങുന്ന ഉല്ക്കകൾ (meteorites) അന്തരീക്ഷത്തിൽ പ്രവേശിക്കുമ്പോൾ ജ്വലിക്കുന്നു. ആകാശത്തിൽ ചിലപ്പോഴൊക്കെ കാണാറുള്ള പ്രകാശരേഖകൾ (streak of light) ഉൽക്കകൾ അന്തരീക്ഷവുമായുള്ള ഘർഷണംമൂലം ജ്വലിക്കുമ്പോഴാണ് കാണപ്പെടുന്നത്. കുറഞ്ഞ ഉയരത്തിലുള്ള ഉപഗ്രഹങ്ങളുടെ ആയുസ്സ്, ഡ്രാഗ്മൂലം പരിമിതപ്പെടുന്നു. എന്നാൽ ആയിരത്തിലേറെ കിലോമീറ്ററുകൾക്കു പുറത്തുള്ള ഉപഗ്രഹങ്ങൾക്ക് ഡ്രാഗ് നേരിടേണ്ടിവരുന്നില്ല. സ്പേസ് ഷട്ടിൽ യാത്രികരുമായി ഭൂമിയിലേക്ക് മടങ്ങിവരുമ്പോൾ ഡ്രാഗ്മൂലമുണ്ടാകുന്ന താപനം അഭിമുഖീകരിക്കുകയേ നിവൃത്തിയുള്ളൂ. കഠിനമായ താപം താങ്ങാൻ കഴിവുള്ള പദാർത്ഥങ്ങൾകൊണ്ടു നിർമ്മിച്ച താപപ്രതിരോധ പാളികൾ കൊണ്ട് സ്പേസ് ഷട്ടിലിനെ പൊതിഞ്ഞിട്ടുണ്ടെങ്കിലും, ഓരോ മടക്കയാത്രയിലും താപനം വലിയ ഉത്കണ്ഠയ്ക്ക് വകയൊരുക്കുന്നു എന്നു നാം അറിയേണ്ടതുണ്ട്.

പാത്ത് ഫൈൻഡർ

പ്രഥമ ഉപഗ്രഹ വിക്ഷേപണത്തിന്റെ 50-ാം വാർഷികമാണിപ്പോൾ. ഇതിനിടയിൽ വിവിധ ദൗത്യങ്ങളുമായി എത്രയെത്ര ഉപഗ്രഹങ്ങളും ഗ്രഹാന്തര പേടകങ്ങളുമാണ് മനുഷ്യൻ തൊടുത്തു വിട്ടിട്ടുള്ളത്! സോവിയറ്റ് യൂണിയന്റെ ലൂണാ (Luna) പരമ്പരയുടെ വിക്ഷേപണം 1959-ലാണ് ആരംഭിച്ചത്. ചന്ദ്രനെ ലക്ഷ്യമിട്ടിട്ടുള്ളതായിരുന്നു ഈ പരമ്പര. അമേരിക്കയുടെ പേടകങ്ങളും ചന്ദ്രന്റെ നേർക്ക് പറന്നു. പേടകങ്ങളിൽ ചിലവ ചന്ദ്രനിൽ ഇറങ്ങി; മറ്റുള്ളവ ചന്ദ്രനെച്ചുറ്റിയുള്ള ഭ്രമണപഥത്തിൽ പ്രവേശിച്ച് ചന്ദ്രനെ നിരീക്ഷിച്ചുകൊണ്ടിരുന്നു. ചന്ദ്രന്റെ ഭ്രമണപഥത്തിലെ പ്രഥമപേടകം ലൂണാ-3 ആയിരുന്നു. ഇതിന്റെ സഹായത്താലാണ് ചന്ദ്രന്റെ പിറകുവശത്തിന്റെ ചിത്രം നമുക്ക് ആദ്യമായി ലഭിച്ചത്.

ലോകത്തിലെ ഏറ്റവും വലിയ വാനനിരീക്ഷണകേന്ദ്രം - കീറ്റ്സ് പാർക്ക്

ചന്ദ്രൻ ഭൂമിയെ ചുറ്റാൻ എടുക്കുന്ന സമയവും, സ്വയം അച്ചുതണ്ടിൽ കറങ്ങാനെടുക്കുന്ന സമയവും തുല്യമാകയാൽ (27 1/3 ദിവസം) ചന്ദ്രന്റെ ഒരു മുഖം മാത്രമേ സാധാരണയായി നമുക്ക് കാണാൻ കഴിയുന്നുള്ളൂ.

താമസിയാതെ ശുക്രനും ചൊവ്വയും (Venus, Mars) ലക്ഷ്യമാക്കി മാരിനർ (Mariner - അമേരിക്ക), വെനേറ (Venera - സോവിയറ്റ് യൂണിയൻ) പരമ്പരയിലെ പേടകങ്ങൾ ഭൂമിയിൽനിന്നും യാത്രതിരിച്ചു. ഈ ഗ്രഹങ്ങളുടെ ഉപരിതല സവിശേഷതകൾ, ഊഷ്മാവ്, കാന്തിക മണ്ഡലം, അന്തരീക്ഷം, വികിരണങ്ങൾ തുടങ്ങിയവയെക്കുറിച്ചുള്ള സുപ്രധാനമായ വിവരങ്ങൾ നമുക്ക് ലഭിച്ചത് ഈ പേടകങ്ങളുടെ സഹായത്താലാണ്.

1976-ൽ അമേരിക്കയുടെ രണ്ട് വൈക്കിംഗ് (Viking) പേടകങ്ങൾ ചൊവ്വാഗ്രഹത്തിലെ വെവ്വേറെ സ്ഥലങ്ങളിലിറങ്ങി നിരീക്ഷ

ഹബിൾ സ്പേസ് ടെലസ്കോപ്

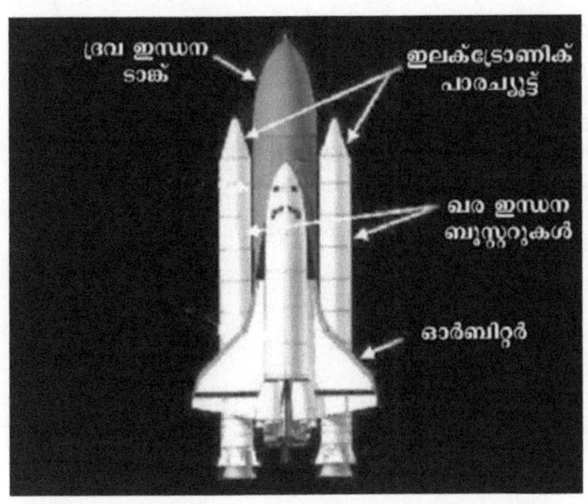

സ്പേസ് ഷട്ടിൽ

ണങ്ങൾ നടത്തിയിരുന്നു. താമസിയാതെ 1977-ൽ അമേരിക്ക വിക്ഷേപിച്ച രണ്ട് വോയെജർ (Voyager) പേടകങ്ങളാകട്ടെ, വ്യാഴം, ശനി, യുറാനസ് നെപ്ട്യൂൺ (Jupiter, Saturn, Uranus, Neptune) എന്നീ ഗ്രഹങ്ങളുടെ സമീപത്തുകൂടി പറക്കുമ്പോൾ (flyby) എടുത്തയച്ചുതന്നത് വ്യക്തതയേറിയ ചിത്രങ്ങളായിരുന്നു. 1997-ൽ ചൊവ്വയിലിറങ്ങിയ പാത്ത് ഫൈൻഡറും (Pathfinder) അതിനുള്ളിലുണ്ടായിരുന്ന സോജേണർ (Sojourner) എന്ന റോബോട്ടും (Robot) പിടിച്ചുപറ്റിയ ശ്രദ്ധ കുറച്ചൊന്നുമല്ല.

തൊണ്ണൂറുകളുടെ തുടക്കത്തിൽ വിക്ഷേപിച്ച ഹബിൾ ബഹിരാകാശ ദൂരദർശിനിയിൽ (Hubble Space Telescope) നിന്നു നമുക്ക് ലഭിച്ച ചിത്രങ്ങൾ പ്രപഞ്ചത്തിന്റെ ഒരു പുതിയ മുഖമാണ് നമ്മുടെ മുമ്പിൽ തുറന്നുകാട്ടിയത്. ഇതേ വിഭാഗത്തിൽപ്പെടുത്താവുന്ന ബഹിരാകാശ ദൂരദർശിനികളാണ് സ്പിറ്റ്സറും (Spitzer) ചന്ദ്രയും (Chandra). ഇവ മൂന്നും കൂടി നമുക്കു തന്നുകൊണ്ടിരിക്കുന്ന പ്രപഞ്ചവിജ്ഞാനം ബഹിരാകാശ പ്രവർത്തനങ്ങളുടെ എടുത്തുപറയത്തക്ക സംഭാവനകളിൽപ്പെടുന്നു. കോബ് (COBE), WMAP തുടങ്ങിയ ബഹിരാകാശ നിരീക്ഷണോപകരണങ്ങളിൽ നിന്നാണ് പ്രപഞ്ചോൽപ്പത്തിയെ സംബന്ധിക്കുന്ന മഹാവിസ്ഫോടനത്തെ (Big Bang) സ്ഥിരീകരിക്കുന്ന വിലപ്പെട്ട തെളിവുകൾ ലഭിച്ചത്.

1969-ൽ മനുഷ്യൻ ചന്ദ്രനിൽ കാലു കുത്തിയ സംഭവം സുവർണ്ണ ലിപികളിൽ എഴുതപ്പെട്ടിരിക്കുന്നു. “ഒരു മനുഷ്യന് ഇതൊരു ചെറിയ കാൽവയ്പു മാത്രം; മനുഷ്യരാശിക്കോ, ഒരു വൻ കുതിപ്പ്” എന്ന നീൽ ആംസ്ട്രോങ്ങിന്റെ (Neil Armstrong) വാക്കുകൾ മങ്ങാതെ മനുഷ്യമനസ്സിൽ നിലനിൽക്കും. അതിനുശേഷം കുറച്ചുതവണ കൂടി മനുഷ്യൻ ചന്ദ്രനിലിറങ്ങിയെങ്കിലും, അമേരിക്കയുടെ അപ്പോളോ (Apollo) പരിപാടി, മുഖ്യമായും സാമ്പത്തിക കാരണങ്ങളാൽ, നിറുത്തി വയ്ക്കുകയായിരുന്നു. അതിനെത്തുടർന്നാണ് സ്പേസ് ഷട്ടിൽ (Space Shuttle) പദ്ധതി യാഥാർത്ഥ്യമായത്. കഴിഞ്ഞ 25 വർഷമായി സ്പേസ് ഷട്ടിൽ വാഹനങ്ങൾ സേവനം നൽകി വരുന്നു.

ആദ്യകാല ചാന്ദ്രപര്യവേക്ഷണങ്ങൾക്കുശേഷം വളരെക്കാലം ചന്ദ്രനിൽ വലിയ താല്പര്യം ആരുംതന്നെ കാണിച്ചിരുന്നില്ല. എന്നാൽ സമീപകാലത്ത് യൂറോപ്പ്, ജപ്പാൻ എന്നീ രാഷ്ട്രങ്ങൾ ചാന്ദ്രപഠനം പുനരാരംഭിച്ചിട്ടുണ്ട്. ഭാരതത്തിന്റെ 'ചാന്ദ്രയാൻ' ഇക്കൂട്ടത്തിൽ പ്രത്യേകം ശ്രദ്ധ പിടിച്ചുപറ്റിയിട്ടുള്ള ഒരു സംരംഭമാണ്.

5

ബഹിരാകാശ സഞ്ചാരം

പ്രകൃതിയിലെ പ്രതികൂല സാഹചര്യങ്ങളെ വെല്ലുവിളിയായിക്കണ്ട് അവയെ അതിജീവിക്കുന്ന കഥയാണല്ലോ പ്രധാനമായും മാനവചരിത്രം. കരയിൽ അങ്ങോളമിങ്ങോളം സഞ്ചരിച്ചു; സമുദ്രങ്ങൾ താണ്ടി പുതിയ ഭൂഖണ്ഡങ്ങളിൽ വാസമുറപ്പിച്ചു. അതിനുശേഷം കണ്ണ് മേൽപ്പോട്ടായി. ആദ്യം വായുമണ്ഡലം കീഴടക്കി; പിന്നീട് ബഹിരാകാശത്തേക്ക് കുതിച്ചു. ബഹിരാകാശ സംബന്ധിയായ കാല്പനികകഥകളിൽ ആദ്യകാലം മുതൽതന്നെ മനുഷ്യസഞ്ചാരമായിരുന്നല്ലോ പ്രമേയം.

ബഹിരാകാശത്ത് നേരിട്ടു ചെല്ലാതെ, അതിനെക്കുറിച്ച് നമുക്ക് ഗൗരവപൂർവ്വം പഠിക്കാൻ കഴിയില്ല എന്ന് നാം മനസ്സിലാക്കി. അതിന് തുടക്കമെന്ന നിലയിലാണ്, 20-ാം നൂറ്റാണ്ടിൽ നാം കൈവരിച്ച സാങ്കേതിക നേട്ടങ്ങൾ പ്രദാനംചെയ്ത ഉപകരണങ്ങൾ ബഹിരാകാശ പ്രവേശം നടത്തിയത്. വളരെ പരിഷ്കൃതവും കൃത്യതയും വിശ്വാസ്യതയും ഉള്ള ഉപകരണങ്ങൾ ഇന്നു നമ്മുടെ സഹായികളായി ബഹിരാകാശത്ത് നിലയുറപ്പിച്ചിട്ടുണ്ട്. ഉപകരണങ്ങൾ മുകളിലോട്ടയക്കുന്നതിൽ മാത്രം സംതൃപ്തരല്ല നാം. ബഹിരാകാശത്ത് സഞ്ചരിക്കുന്നതിലും പരീക്ഷണശാലകളും

യൂറി ഗഗാറിൻ

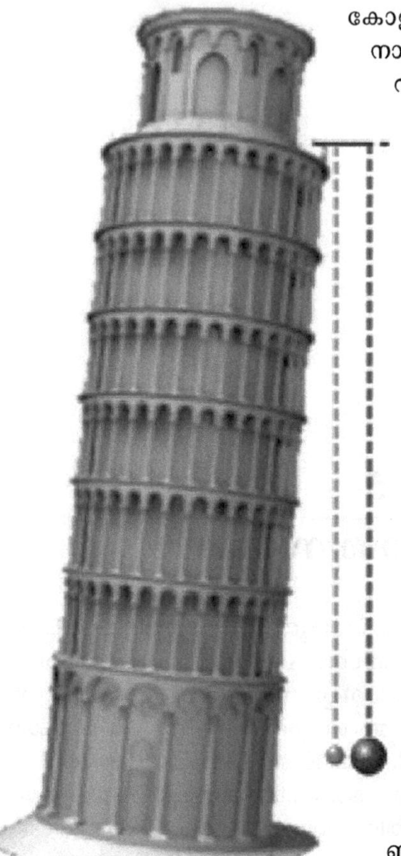

ഭൂമിയിലേക്കു പതിക്കുന്ന വസ്തുക്കളുടെ ഗുരുത്വാകർഷണത്വരണം അവയുടെ ഭാരത്തിനനുസരിച്ച് വ്യത്യാസപ്പെട്ടിരിക്കുന്നുവെന്ന അരിസ്റ്റോട്ടിലിന്റെ സിദ്ധാന്തം തെറ്റാണെന്നു തെളിയിച്ച ഗലീലിയോയുടെ പരീക്ഷണം

കോളനികളും സ്ഥാപിക്കുന്നതിലും നാം താല്പര്യപ്പെടുന്നു. കഴിഞ്ഞ 45 വർഷങ്ങളോളമായി തുടർച്ചയായി നടന്നുവരുന്ന ബഹിരാകാശ സഞ്ചാരം ഒരു പുതിയ യുഗത്തിന്റെ പ്രാരംഭദശയെയാണ് സൂചിപ്പിക്കുന്നതെന്നുവേണം കരുതാൻ.

ബഹിരാകാശത്തിലെ പരിസ്ഥിതി അത്യന്തം പ്രതികൂലമാണെന്ന് എടുത്തു പറയേണ്ടതില്ലല്ലോ. ഒന്നാമതായി, ജീവന്റെ നിലനിൽപ്പിനാധാരമായ ഓക്സിജന്റെ അഭാവം തന്നെ. സൂര്യനിൽനിന്ന് പുറപ്പെടുന്ന മാരകമായ അൾട്രാവയലറ്റ് (ultraviolet) രശ്മികളെ ഏകദേശം 30 കിലോമീറ്റർ ഉയരത്തിൽ വച്ചുതന്നെ നമ്മുടെ അന്തരീക്ഷത്തിലെ ഓസോൺ (ozone) തടഞ്ഞു നിറുത്തുന്നതിനാലാണ് മനുഷ്യനടക്കമുള്ള എല്ലാ ജീവജാലങ്ങളും ഭൂമിയിൽ ഇന്നും സുരക്ഷിതരായിരിക്കുന്നത്. സൂര്യനിൽനിന്നും അതോടൊപ്പം ബഹിരാകാശത്തിന്റെ പലഭാഗങ്ങളിൽ നിന്നും എത്തിച്ചേരുന്ന നാശകാരികളായ പലതരം കണികകളെ ഭൗമകാന്തിക മണ്ഡലം ഗതിമാറ്റി വിടുന്നതും നമുക്ക് രക്ഷയാകുന്നു. ഇപ്രകാരമുള്ള സുരക്ഷാമാർഗ്ഗങ്ങൾ നമുക്ക് ബഹിരാകാശത്ത് ലഭ്യമല്ല. ബഹിരാകാശത്തിലെ ഊഷ്മാവ് -273^0C-യേക്കാൾ അല്പം മാത്രമേ കൂടുതലുള്ളൂ എന്നറിയുമ്പോൾ അവിടത്തെ അതിശൈത്യത്തെക്കുറിച്ച് ഒരു രൂപം കിട്ടുമല്ലോ. ബഹിരാകാശത്തെ ശൂന്യതയിൽ സ്ഥിതിചെയ്യുന്ന ഒരു വസ്തുവിന്റെ സൂര്യപ്രകാശം പതിക്കുന്ന ഭാഗത്ത് വളരെ ഉയർന്ന ഊഷ്മാവും സൂര്യപ്രകാശം ലഭിക്കാത്ത മറുവശത്ത് അതിശൈത്യവും ആണ് അനുഭവപ്പെടുക.

ഭൂമിയിൽ താരതമ്യേന സ്വീകാര്യമായ ശീതോഷ്ണസ്ഥിതി ലഭ്യമാക്കുന്നത് നമ്മുടെ അന്തരീക്ഷമാണ്. അന്തരീക്ഷത്തിൽ 21 ശതമാനം ഓക്സിജനും 78 ശതമാനം നൈട്രജനും ബാക്കി കാർബൺഡയോക്സൈഡ് (CO_2) മുതലായ വാതകങ്ങളും അടങ്ങിയിരിക്കുന്നു. ചെറിയ തോതിൽ മാത്രം ഉള്ള കാർബൺഡൈഓക്സൈഡ് ഒരു ഹരിതഗൃഹ വാതകമാണ്. ഈ വാതകസാന്നിധ്യത്തിന്റെ ഫലമായാണ് നമ്മുടെ ഭൂമിയിൽ ആവശ്യമായ നിലയിൽ ചൂടു നിലനിൽക്കുന്നത്. അങ്ങനെ അല്ലായിരുന്നുവെങ്കിൽ പകൽ വലിയചൂടും രാത്രി കൊടുംതണുപ്പും ആയിരുന്നേനെ. കാർബൺ ഡൈ ഓക്സൈഡിന്റെ അളവുകൂടുമ്പോൾ ആഗോളതാപനം (global warming) സംഭവിക്കുമെന്നത് മറ്റൊരു വസ്തുത. അന്തരീക്ഷത്തിൽ കാർബൺ ഡൈ ഓക്സൈഡിന്റെ തോത് കൂടിക്കൊണ്ടിരിക്കുന്നതായി കാണുന്നു. അതിനുകാരണം നമ്മുടെ ജീവിതശൈലി തന്നെ. ഇപ്പോൾ നമ്മുടെ പ്രമേയം അതല്ലാത്തതുകൊണ്ട് മറ്റു കാര്യങ്ങളിലേക്കു കടക്കാം. ഓക്സിജൻ പോലെതന്നെ ഒഴിച്ചുകൂടാൻ വയ്യാത്ത ഒരു വസ്തുവാണ് ജലം. അതും ഭൂമിയിലല്ലാതെ മറ്റൊരിടത്തും ഉള്ളതായി തെളിവില്ല.

ശ്വസിക്കാൻ പറ്റിയ വായു, കുടിക്കാനാവശ്യമായ ജലം, സുഖകരമായ ശീതോഷ്ണാവസ്ഥ ഇവയൊക്കെ നാം പോകുന്നിടത്തൊക്കെ പരിമിതമായ അളവിലാണെങ്കിൽപ്പോലും, കൂടെക്കൊണ്ടുപോകാം. എന്നാൽ ലക്ഷക്കണക്കിനു വർഷങ്ങളായി നാം പരിചയിച്ചുപോന്ന, എന്നാൽ നാം കാര്യമായി ശ്രദ്ധിക്കാത്ത ഒരു അവസ്ഥ ഭൂമിയിലുണ്ട്-ഗുരുത്വാകർഷണബലം. നമ്മുടെ ശാരീരിക പ്രക്രിയകൾ ഈ ബലവുമായി ഇണങ്ങിച്ചേർന്നിട്ടുള്ളവയാണ്. ബഹിരാകാശ യാത്രയിലെ ഭാരരഹിതാവസ്ഥ (weightlessness) പല ശാരീരികപ്രശ്നങ്ങളും സൃഷ്ടിക്കുന്ന ഒരു പുതിയ അനുഭവമാണ്. ഇത്രയും പറഞ്ഞതിൽനിന്ന് ബഹിരാകാശത്ത് നമ്മെ കാത്തിരിക്കുന്ന പ്രതികൂലതയെക്കുറിച്ച് ഒരു സാമാന്യരൂപം കിട്ടിക്കാണുമല്ലോ.

1961 ഏപ്രിൽ 12-നാണ് യൂറി ഗഗാറിന്റെ (Yuri Gagarin) 108 മിനിറ്റ് മാത്രം നീണ്ടുനിന്ന ബഹിരാകാശ സഞ്ചാരം ചരിത്രം കുറിച്ചത്. അതിനെത്തുടർന്ന് സോവിയറ്റ് യൂണിയനും അമേരിക്കയും ബഹിരാകാശ യാത്രികരെ തുടരെത്തുടരെ അയച്ചുകൊണ്ടിരുന്നു. ഈ നൂതനമേഖലയിലെ പരീക്ഷണങ്ങളായിരുന്നു ആദ്യകാല യാത്രകൾ. 1969 ജൂലായ് 21ന് മനുഷ്യൻ ചന്ദ്രനിൽ ആദ്യമായി കാലുകുത്തി. നീൽ ആംസ്ട്രോങ് (Neil Armstrong) അദ്ദേഹത്തിന്റെ സഹയാത്രികരിൽ ഒരാളായ എഡ്വിൻ ആൽഡ്രിനുമായി (Edwin Aldrin) ചാന്ദ്രോപരിതലത്തിൽ 21 $^1/_2$ മണിക്കൂറോളം ചെലവഴിച്ചു. ഈ സമയം, മൂന്നാമത്തെ യാത്രികനായ മൈക്കിൾ കോളിൻസ് (Michael Collins) ചന്ദ്രനെ ഭ്രമണം ചെയ്തുകൊണ്ടിരുന്ന മാതൃപേടകത്തിന്റെ നിയന്ത്രണം കൈകാര്യം ചെയ്യുകയായിരുന്നു. ചന്ദ്രന്റെ അനവധി ചിത്രങ്ങളെടുക്കുകയും ചില നിരീക്ഷണോപ

ബഹിരാകാശ സഞ്ചാരി

കരണങ്ങൾ ചാന്ദ്രോപരിതലത്തിൽ സ്ഥാപിക്കുകയും ഭൂമിയിലേക്കു തിരിച്ചു കൊണ്ടുവരാനുള്ള പാറക്കഷണങ്ങൾ ശേഖരിക്കുകയും ആയിരുന്നു ആംസ്ട്രോങ്ങിന്റെയും ആൽഡ്രിന്റെയും ദൗത്യം. വിജയകരമായി ലക്ഷ്യപ്രാപ്തി നേടിയ ശേഷം യാത്ര തുടങ്ങിയതിന്റെ എട്ടാംദിവസം മൂവരും സുരക്ഷിതരായി തിരിച്ചെത്തിയപ്പോൾ പൂവണിഞ്ഞത് പ്രസിഡന്റ് ജോൺ എഫ് കെന്നഡിയുടെ സ്വപ്നമാണ്. അത് നേരിൽക്കാണാൻ അദ്ദേഹം ജീവിച്ചിരുന്നില്ല എന്നുമാത്രം!

അമേരിക്കയുടെ അപ്പോളോ പദ്ധതിയുടെ ഭാഗമായിരുന്നു മേൽപ്പറഞ്ഞ ദൗത്യം. ഇതിനെത്തുടർന്ന് കുറേപ്രാവശ്യം മനുഷ്യൻ ചന്ദ്രനിലിറങ്ങിയതിനുശേഷം അപ്പോളോ പദ്ധതി അവസാനിപ്പിച്ചു. അതിനുശേഷം ഇന്നുവരെ മനുഷ്യൻ ചന്ദ്രനിലിറങ്ങിയിട്ടില്ല എന്നതാണ് വാസ്തവം. എന്നാൽ വരുന്ന ദശകത്തിൽ, ചൊവ്വായാത്രയ്ക്കു മുന്നോടിയെന്ന നിലയിൽ, വീണ്ടും മനുഷ്യൻ ചന്ദ്രനിലിറങ്ങുമെന്ന് പ്രതീക്ഷിക്കുന്നു.

ലൂണാഘോഡ്

ആംസ്ട്രോങ് ചന്ദ്രനിൽ കാലുകുത്തിയതിനു തൊട്ടുപിന്നാലെ തന്നെ, സോവിയറ്റ് നിർമ്മിതമായ ചലനശേഷിയുള്ള ലൂണാഘോഡ് (Lunakhod) എന്ന ശകടം ചന്ദ്രനിലിറങ്ങി സഞ്ചരിച്ചു. വിദൂരനിയന്ത്രിത (remote control) യന്ത്രസംവിധാനത്തിന്റെ പാരമ്യമാണ് നമുക്ക് ലൂണാ

ഘോഡിൽ കാണാൻ കഴിഞ്ഞത്.

ചാന്ദ്രദൗത്യങ്ങൾക്കുശേഷം, അമേരിക്കയും സോവിയറ്റ് യൂണിയനും ശ്രദ്ധ പതിപ്പിച്ചത് വലുപ്പമേറിയ ഭൗമോപഗ്രഹങ്ങൾ വിവിധാവശ്യങ്ങൾക്കായി വിക്ഷേപിക്കുന്നതിലാണ്. സോവിയറ്റ് യൂണിയന്റെ സോയൂസ് (Soyuz), സല്യൂട്ട് (Salyut), മീർ (Mir), അമേരിക്കയുടെ സ്കൈലാബ് (Skylab), സ്പേസ് ഷട്ടിൽ (Space Shuttle) എന്നീ പേടകങ്ങൾ പ്രസിദ്ധമാണല്ലോ. ഇന്നു നിലവിലുള്ള അന്താരാഷ്ട്ര ബഹിരാകാശ നിലയം (International Space Station) അഥവാ ISS അമേരിക്ക, റഷ്യ, കാനഡ, യൂറോപ്പ്, ജപ്പാൻ, ബ്രസീൽ എന്നീ രാഷ്ട്രങ്ങളുടെ സഹകരണ സംരംഭമാണ്. യൂറി ഗഗാറിൻ കേവലം 108 മിനിട്ടാണ് ബഹിരാകാശത്തു ചെലവഴിച്ചതെങ്കിൽ, ഇന്നു ബഹിരാകാശ പേടകത്തിൽ രണ്ടുവർഷത്തിലേറെ ജീവിച്ച ആളുകൾ ഉണ്ട്. ബഹിരാകാശ വാസദൈർഘ്യത്തിൽ റഷ്യയാണ് മുൻപന്തിയിൽ. 1960-കളിലെ ആദ്യകാല പേടകങ്ങളെ അപേക്ഷിച്ച് വർദ്ധിച്ച സുഖസൗകര്യങ്ങളാണ് സ്പേസ് ഷട്ടിൽ പോലെയുള്ള ആധുനിക പേടകങ്ങളിൽ ഒരുക്കിയിട്ടുള്ളത്.

സോയൂസ്

ഭൂമിയിലെ വാസത്തിനിടയിൽ നമുക്ക് ഒരിക്കലും ഇടപഴകേണ്ട ആവശ്യം വരാത്ത പല ശാരീരിക-മാനസിക സാഹചര്യങ്ങളാണ് ബഹിരാകാശയാത്രയ്ക്കിടയിൽ നമുക്ക് നേരിടേണ്ടി വരുന്നത്. യാത്രികരുടെ തെരഞ്ഞെടുപ്പിലും അതിനുശേഷമുള്ള പരിശീലനത്തിലും ഇത്തരം പ്രതികൂല സാഹചര്യങ്ങൾ അതിജീവിക്കാനുള്ള കഴിവുണ്ടെന്ന് ഉറപ്പുവരുത്തേണ്ടതുണ്ട്. ഇക്കാലത്ത് ബഹിരാകാശ വിനോദസഞ്ചാരികളെന്നു (space tourist) വിളിക്കുന്ന സാധാരണക്കാർക്കും ബഹിരാകാശ സഞ്ചാരം സാധ്യമാകുന്നുണ്ടല്ലോ. യാത്രികരുടെ തെരഞ്ഞെടുപ്പിനുള്ള വ്യവസ്ഥകളുടെ കാഠിന്യം കുറഞ്ഞുവരുന്നു എന്നുവേണം ഇതിൽനിന്നും മനസ്സിലാക്കേണ്ടത്. കൂടാതെ ബഹിരാകാശയാത്ര ജനകീയമാകുന്നുവെന്നും. പേടകങ്ങൾക്കുള്ളിലെ സൗകര്യങ്ങളും ഒരളവുവരെ മെച്ചപ്പെട്ടുകഴിഞ്ഞുവെന്നു മുമ്പു പറഞ്ഞല്ലോ.

ബഹിരാകാശയാത്രയ്ക്കിടയിൽ നേരിടേണ്ടിവരുന്ന പ്രശ്നങ്ങൾ എന്തൊക്കെയാണെന്ന് നോക്കാം. അതിനുമുമ്പ്, പിണ്ഡം (mass), ഭാരം (weight) എന്നീ രണ്ടു വാക്കുകൾ തമ്മിലുള്ള വ്യത്യാസം അറിഞ്ഞിരി

ക്കുന്നത് നന്നായിരിക്കും. ഒരു വസ്തുവിനുള്ളിലെ മൊത്തം ദ്രവ്യത്തിന്റെ (Matter) അളവാണ് പിണ്ഡം. പിണ്ഡത്തിന് കേവലമൂല്യമാണുള്ളത്. അതായത്, ഒരു വസ്തുവിന്റെ പിണ്ഡം ഭൂമിയിലോ ചന്ദ്രനിലോ മറ്റെവിടെയെങ്കിലുമോ ആയാലും സ്ഥിരമായി നിൽക്കുന്നു. അതിന്റെ മൂല്യത്തിനു മാറ്റമില്ല. എന്നാൽ ഭാരമെന്നത്, ഗുരുത്വാകർഷണം ഒരു വസ്തുവിൽ പ്രയോഗിക്കുന്ന ബലമാണ്. ഭാരം തദ്ദേശീയ ഗുരുത്വാകർഷണബലത്തെ (local gravity) ആശ്രയിച്ചിരിക്കുന്നു. നമ്മുടെ ശരീരത്തിന് ഭാരമുണ്ടെന്ന തോന്നലിനു (sensation of weight) കാരണം ഭൂമിയുടെ ഗുരുത്വാകർഷണം തന്നെയാണ്. ഇതിന്റെ മൂന്നോ നാലോ ഇരട്ടിവരെ താങ്ങാൻ നമുക്ക് പ്രയാസമില്ല. 10 ഇരട്ടിവരെ വളരെച്ചുരുങ്ങിയ സമയത്തേക്ക് നമുക്ക് നേരിടാൻ കഴിയുമെന്നും തെളിവുണ്ട്. എന്നാൽ 6 ഇരട്ടിയിൽക്കവിഞ്ഞ ഗുരുത്വാകർഷണബലം ആശ്വാസ്യമല്ലതന്നെ.

ഭൂമിയുടെ ഗുരുത്വാകർഷണ ത്വരണത്തിന്റെ മൂല്യം ഏകദേശം 9.8 മീറ്റർ/സെക്കന്റ്/സെക്കന്റ് ആണ്. ഇതിന്റെയർത്ഥം ലളിതമായ ഭാഷയിൽ ഇങ്ങനെ പറയാം: ഭൂമിയിലേക്ക് പതിച്ചുകൊണ്ടിരിക്കുന്ന ഒരു വസ്തുവിന്റെ വേഗം ഓരോ സെക്കന്റിലും 9.8 മീറ്റർ/സെക്കന്റ് കണ്ട് വർദ്ധിച്ചുകൊണ്ടേയിരിക്കും (അന്തരീക്ഷത്തിന്റെ സാന്നിധ്യം ഇവിടെ അവഗണിക്കേണ്ടിയിരിക്കുന്നു). ഭൂഗുരുത്വാകർഷണബലത്തെ ഒരു മാനദണ്ഡമായി എടുത്താൽ, ഇവിടെ നമുക്കനുഭവപ്പെടുന്ന ബലത്തെ ഒരു 'g' എന്നു പറയാം. ഇതിന്റെ ആറിലൊരു ഭാഗം മാത്രമേ ചന്ദ്രനിലുള്ളൂ. അപ്പോൾ ചന്ദ്രനിലെ ഗുരുത്വാകർഷണം 1/6 'g' ആയിരിക്കും. ഭൂമിയിൽ 60 കിലോഗ്രാം ഭാരമുള്ള ഒരാൾക്ക് ചന്ദ്രനിൽ 10 കിലോഗ്രാം ഭാരമുള്ളതായേ തോന്നുകയുള്ളൂ. ഗുരുത്വാകർഷണം 3'g' ആണെങ്കിൽ, ഭാരം മൂന്നിരട്ടിയായി അനുഭവപ്പെടുന്നു. വർദ്ധിച്ച ഭാരാനുഭവത്തെ 'g' ബലം എന്നാണ് പറയുക. ഉപഗ്രഹം വിക്ഷേപിക്കുന്ന പ്രക്രിയ നാം മുമ്പുകണ്ടല്ലോ. വാഹനത്തിന്റെ വേഗം പ്രതിനിമിഷം വർദ്ധിച്ചുകൊണ്ടിരിക്കുന്നു. അതായത് ത്വരണം (acceleration) സംഭവിച്ചുകൊണ്ടിരിക്കുന്നു. ത്വരണത്തെ 'g' ബലമായി പരിഗണിക്കാവുന്നതാണ്. യഥാർത്ഥത്തിൽ ത്വരണവും ഗുരുത്വാകർഷണവും തത്തുല്യം (equivalent) ആണെന്ന് നാം മനസ്സിലാക്കിയിട്ടുണ്ട്. വിക്ഷേപണവാഹനത്തിന്റെ ത്വരണത്തിനാനുപാതികമായി 'g' ബലവും വർദ്ധിക്കുന്നു. ത്വരണം കൂടുമ്പോൾ, നമ്മുടെ ഭാരവും കൂടുന്നതായി തോന്നുമെന്ന് സാരം. സ്പേസ് ഷട്ടിലിന് 350 കിലോമീറ്റർ ഉയരത്തിലുള്ള ഒരു ഭ്രമണപഥത്തിലെത്താൻ 8 മിനിറ്റോളം മതിയാകും. ഈ ചുരുങ്ങിയ സമയത്തിനിടയിൽ വേഗം പൂജ്യത്തിൽ തുടങ്ങി 30,000 കിലോമീറ്റർ/മണിക്കൂറിലേക്ക് വർദ്ധിച്ചിരിക്കും. ഇതിനിടയിൽ യാത്രികന് 3 'g' മുതൽ 4 'g' വരെ ബലം അനുഭവപ്പെടാനിടയുണ്ട്.

ഉയർന്ന 'g' ബലം ശരീരത്തിൽ പ്രവർത്തിക്കുമ്പോൾ ശാരീരികാസ്വാസ്ഥ്യങ്ങൾ അനുഭവപ്പെടുന്നു. പോർവിമാനം പറത്തുന്ന വൈമാനികർക്ക് ഇതു വളരെ പരിചിതമാണ്. താൽക്കാലികമായ ബോധക്കേട്

(blackout) പലപ്പോഴും അവർക്ക് സംഭവിക്കാവുന്നതാണ്. 'g' ബലം ഏതു ദിശയിൽ നമ്മുടെ ശരീരത്തിൽ പ്രവർത്തിക്കുന്നു എന്നതിനെ ആശ്രയിച്ചിരിക്കും അസ്വാസ്ഥ്യത്തിന്റെ കാഠിന്യം. അതായത് ഒരേ 'g' ബലംതന്നെ തലയിൽനിന്നു കാലിലേയ്ക്കുള്ള ദിശയിൽ പ്രവർത്തിക്കുമ്പോഴും നെഞ്ചിൽനിന്നു മുതുകിലേക്കു പ്രവർത്തിക്കുമ്പോഴും സംജാതമാകുന്ന ശാരീരികഫലങ്ങൾ വ്യത്യസ്തമായിരിക്കും. സെൻട്രിഫ്യൂജ് (centrifuge) എന്ന സംവിധാനമുപയോഗിച്ച് പലയളവിൽ 'g' ബലം നമുക്ക് ഭൂമിയിൽ സൃഷ്ടിക്കാൻ കഴിയും. ഉത്സവസ്ഥലങ്ങളിലും മറ്റും നാം കറങ്ങുന്ന merry-go-round-ൽ ഇരുന്നിട്ടുണ്ടാവുമല്ലോ. വാസ്തവത്തിൽ അതൊരു സെൻട്രിഫ്യൂജ് തന്നെയാണ്. കറക്കുന്നതിന്റെ വേഗം വർദ്ധിപ്പിച്ച് 'g' ബലം വർദ്ധിപ്പിക്കാവുന്നതാണ്. ബഹിരാകാശ യാത്രികരെ 'g' ബലവുമായി ഇണക്കിയെടുക്കാൻ സെൻട്രിഫ്യൂജ് ഉപയോഗിച്ചുവരുന്നു. അനവധി പരീക്ഷണ നിരീക്ഷണങ്ങളുടെ ഫലമായി കണ്ടെത്തിയതനുസരിച്ച്, നെഞ്ചിൽനിന്നും മുതുകിലേക്ക് പ്രവർത്തിക്കുന്ന 'g' ബലമാണ് ഏറ്റവും ആയാസം കുറഞ്ഞത്. അതുകൊണ്ടാണ് വിക്ഷേപണവേളയിൽ, വാഹനത്തിന്റെ ഗതിക്ക് ലംബമായി, കാൽമുട്ടുകൾ അൽപ്പം ഉയർത്തി, യാത്രികനെ മലർത്തി കിടത്തുന്നത്.

ഭ്രമണപഥത്തിലെ ദൗത്യം പൂർത്തിയാക്കി മടങ്ങിവരുമ്പോൾ, ഭൂമിയിൽ സുരക്ഷിതമായി ഇറങ്ങാൻ പറ്റിയ താഴ്ന്ന അളവിലേക്ക് വേഗം 30,000 കിലോമീറ്റർ/മണിക്കൂറിൽനിന്ന് കുറയ്ക്കേണ്ടതായുണ്ട്. ഇതിന്റെ ഫലമായുണ്ടാകുന്ന ത്വരണത്താൽ, വർദ്ധിച്ച 'g' ബലം യാത്രികർക്കനുഭവപ്പെടുന്നു. വിക്ഷേപണവാഹനത്തിന് ത്വരണം സംഭവിക്കുന്നിടത്തോളം മാത്രമേ 'g' ബലത്തിന്റെ പ്രശ്നം നിലനിൽക്കുന്നുള്ളൂ. പേടകം ഭ്രമണപഥത്തിലെത്തുന്നതോടെ കഥയാകെ മാറുന്നു. വർദ്ധിച്ചഭാരം അനുഭവിച്ചിരുന്ന യാത്രികൻ ഞൊടിയിടയിൽ ഭാരമില്ലാത്ത അവസ്ഥയിലേക്കു (weightlessness) കൂപ്പുകുത്തുന്നു. ഒരു അഗാധ ഗർത്തത്തിലേക്ക് വീഴുന്ന പ്രതീതിയാണ് ഇത് ഉളവാക്കുന്നത്. ഉപഗ്രഹങ്ങളെക്കുറിച്ചു വിവരിക്കുമ്പോൾ സ്വതന്ത്രപതനമെന്താണ് (free fall) എന്നു നാം കണ്ടല്ലോ. ഇതിന്റെ ഫലമായാണ് ഭാരരഹിതാവസ്ഥയുണ്ടാകുന്നത്. പേടകത്തിനുള്ളിലെ എല്ലാ അചേതന - സചേതന വസ്തുക്കളും ഒരുപോലെ ഭാരരഹിതാവസ്ഥ അനുഭവിക്കുന്നുണ്ട്. ഭ്രമണപഥത്തിലായിരിക്കുന്നിടത്തോളംകാലം ഈയവസ്ഥയിൽ നിന്ന് മുക്തിയില്ല. ഗോളാന്തര യാത്രയ്ക്കിടയിൽ വാഹനത്തിലെ റോക്കറ്റ് പ്രവർത്തിക്കാത്ത സമയത്തൊഴികെ എല്ലായ്പോഴും ഭാരരഹിതാവസ്ഥയുണ്ടാകും.

ഭൂമിയിലെ 1 'g' എന്ന ഗുരുത്വാകർഷണത്തിന്റെ സ്വാധീനത്തിലാണ് മനുഷ്യശരീരം പരിണമിച്ചിട്ടുള്ളത്. അതുകൊണ്ട് ഭാരരഹിതാവസ്ഥ അപരിചിതമായ ഒരു അനുഭവമാണ്; പ്രത്യേകിച്ചും അത് മണിക്കൂറുകളോ മാസങ്ങളോ നീണ്ടുനിൽക്കുമ്പോൾ. നമ്മുടെ ആന്തരികകർണ്ണമാണ് (inner ear) ദിശാബോധം നൽകുന്നത്. ഇതിന്റെ ശരിയായ പ്രവർത്തന

ത്തിന് ഭൂഗുരുത്വാകർഷണം കൂടിയേ കഴിയൂ. ഭാരരഹിതാവസ്ഥയിൽ ദിശാബോധനഷ്ടം (disorientation) ഉണ്ടാകുന്നതിനാൽ, മുകൾ, താഴെ (up, down) എന്നീ പദങ്ങൾക്ക്, അർത്ഥം നഷ്ടപ്പെടുന്നു. ഏതു ദിശയും ഒരുപോലെയാണെന്നു തോന്നും. കാറും കോളുമുള്ള കടലിൽ കപ്പൽസഞ്ചാരം നടത്തുമ്പോഴുണ്ടാകുന്ന കടൽച്ചൊരുക്ക് (sea sickness) എന്ന അസ്വാസ്ഥ്യത്തെക്കുറിച്ചു കേട്ടുകാണുമല്ലോ. ഇതിനു സമാനമായ അസുഖം (space sickness) ഭാരരഹിതാവസ്ഥയിൽ അനുഭവപ്പെടും. അതിന്റെ ഫലമായി തലകറക്കം, ഓക്കാനം, ഛർദ്ദി തുടങ്ങി അസുഖകരമായ പലതും നമ്മെ അലോസരപ്പെടുത്തും.

സാധാരണഗതിയിൽ ശരീരത്തിന്റെ കീഴ്ഭാഗത്തു നിലകൊള്ളുന്ന ശരീരദ്രവങ്ങൾ (body fluids) ഭാരരഹിതാവസ്ഥയിൽ മുകളിലേക്ക് വ്യാപിക്കും. അപ്പോൾ ജലദോഷത്തിന്റെ ലക്ഷണങ്ങൾ അനുഭവപ്പെടുന്നു; മുഖം ചീർക്കുന്നു. ഭാരരഹിതാവസ്ഥയിൽ അസ്ഥികൾക്കും പേശികൾക്കും ശോഷണം സംഭവിക്കുന്നു. ഇത്തരം അനുഭവങ്ങൾ ചുരുങ്ങിയ കാലത്തേക്കാണെങ്കിൽ ഗുരുതരമായ ഫലങ്ങളിലേക്കു നയിക്കുകയില്ല എന്നു പറയാം. താൽക്കാലിക അസ്വാസ്ഥ്യങ്ങളെ നേരിടാൻ ഉതകുന്ന മരുന്നുകൾ കരുതിയാൽ മതി.

എന്നാൽ ചൊവ്വയിലേക്ക് പോയിവരുമ്പോൾ, യാത്രതന്നെ കുറഞ്ഞത് 1 $^1/_2$ വർഷമെങ്കിലും നീണ്ടുനിൽക്കും; അതുകൂടാതെ ചൊവ്വയിലെ വാസവും മാസങ്ങളോ വർഷങ്ങളോ നീണ്ടുനിൽക്കും. ചൊവ്വയിലെ ഗുരുത്വാകർഷണബലം ഭൂമിയിലേതിന്റെ 38 ശതമാനത്തോളംവരുന്നതു കൊണ്ട് കാര്യമായ പ്രശ്നമൊന്നുംതന്നെ സൃഷ്ടിക്കുന്നില്ല. പക്ഷേ യാത്രയ്ക്കിടയിൽ ഭാരരഹിതാവസ്ഥ നേരിട്ടേ മതിയാകൂ. ഇത് യാത്രികരുടെ ശരീരത്തിലുളവാക്കുന്ന ഫലങ്ങൾ ഗൗരവപൂർവ്വം പരിഗണിക്കേണ്ടതായുണ്ട്. ഭാരരഹിതാവസ്ഥയിൽ അസ്ഥികളിൽനിന്ന് കാൽസ്യം (calcium) ഗണ്യമായ തോതിൽ നഷ്ടപ്പെടുന്നതുകൊണ്ടുണ്ടാകുന്ന അസ്ഥിശോഷണമാണ് മുഖ്യമായ ഒരു ഫലം. ഭൂമിയിൽ ശരീരത്തിന്റെ ഭാരം താങ്ങിനിർത്തുന്നത് നമ്മുടെ അസ്ഥിപഞ്ജരമാണല്ലോ. ഭാരരഹിതാവസ്ഥയിൽ, അസ്ഥികളിൽനിന്ന് ഈ കർത്തവ്യം വിട്ടുമാറുന്നതാണ് പ്രശ്നങ്ങളുടെ മൂലകാരണം.

ഭൂമിയിലാകുമ്പോൾ, മാംസപേശികളാണ് നമ്മുടെ ശരീരത്തെ നീണ്ടുനിവർത്തി നിറുത്തുന്നത്. ഭാരമില്ലാത്ത അവസ്ഥയിൽ പേശികൾ ഈ ചുമതലയിൽനിന്നു മുക്തമാകുന്നതിനാലാണ്, കാലം ചെല്ലുമ്പോൾ അവയ്ക്ക് ശക്തി നഷ്ടപ്പെടുന്നത്. നീണ്ട ബഹിരാകാശയാത്ര കഴിഞ്ഞു തിരിച്ചുവരുന്ന ഒരാൾക്ക് തുടക്കത്തിൽ ഭൂമിയിൽ നടക്കാൻ പ്രയാസം നേരിടുന്നു. പലപ്പോഴും അന്യരുടെ സഹായത്തോടെ മാത്രമേ നടക്കാൻ കഴിയുകയുള്ളൂ. എന്നാൽ ദിവസങ്ങൾക്കുള്ളിൽ ഈ ബലഹീനത മാറിക്കിട്ടുമെന്നതാണ് വലിയ ആശ്വാസം. ബഹിരാകാശ യാത്രയ്ക്കിടയിൽ

ഇപ്രകാരം ഉണ്ടാകുന്ന ബലശോഷണത്തിന് ഏക പ്രതിവിധി വ്യായാമം (exercise) മാത്രമാണ്.

ഭാരരഹിതാവസ്ഥ തുടർച്ചയായി നിലനിൽക്കുകയാണെങ്കിൽ ഇത് അസ്വീകാര്യമായ വൈകാരികഫലങ്ങൾ സൃഷ്ടിക്കുമെന്നതിൽ സംശയമില്ല. സംഭവങ്ങളെയും സാഹചര്യങ്ങളെയും യാഥാർത്ഥ്യ ബോധത്തോടെ വിലയിരുത്താനോ തീരുമാനങ്ങളിലെത്തിച്ചേരാനോ ഉള്ള കഴിവു കുറയും; ചെറിയ കാര്യങ്ങൾപോലും മനസ്സിനെ മഥിക്കും വ്രണപ്പെടുത്തും പെട്ടെന്ന് കോപം വരും - ഇങ്ങനെ അനവധിയാണ് ബഹിരാകാശയാത്രയുടെ മാനസികഫലങ്ങൾ. ഇക്കാലത്ത് സാധാരണമായിക്കഴിഞ്ഞിരിക്കുന്ന ബഹിരാകാശ ദൗത്യങ്ങളിൽ അഞ്ചോ ആറോ ആളുകളുണ്ടാകുമല്ലോ. ഇവരിലോരോരുത്തർക്കും നിശ്ചിത കർത്തവ്യങ്ങളുണ്ടാകും. അങ്ങനെയിരിക്കെ, കൂട്ടത്തിലൊരാൾക്ക് ശാരീരികമോ മാനസികമോ ആയ അസ്വാസ്ഥ്യങ്ങൾ പിടിപെട്ടാൽ, ദൗത്യത്തെ ഗുരുതരമായി ബാധിക്കുമെന്ന് വ്യക്തമാണല്ലോ.

മനുഷ്യസഞ്ചാരയോഗ്യമായ ഒരു ബഹിരാകാശ പേടകത്തിന്റെ രൂപകല്പനയും വളരെ സങ്കീർണ്ണമാണ്. ഭൂമിയിൽ നമുക്ക് പരിചിതമായ പല സാഹചര്യങ്ങളും പേടകത്തിനുള്ളിൽ പുനഃസൃഷ്ടിക്കേണ്ടതായുണ്ട്. ഇതിലേറ്റവും പ്രയാസമുള്ളത് ഗുരുത്വാകർഷണബലം സൃഷ്ടിക്കുന്നതാണ്. ഇപ്പോൾ പ്രയോഗത്തിലില്ലെങ്കിലും, ഭാവിയിലെ ബഹിരാകാശ കോളനികളിൽ കൃത്രിമ ഗുരുത്വാകർഷണം ആവശ്യമാണ്. ഒരു സൈക്കിളിന്റെ ചക്രത്തിന്റെ ആകൃതിയിലുള്ള കോളനിയെ ശരിയായ വേഗത്തിൽ കറക്കിക്കൊണ്ടിരുന്നാൽ, ഗുരുത്വാകർഷണബലം ഉള്ളതായനുഭവപ്പെടും. മുമ്പൊരിക്കൽ സൂചിപ്പിച്ച സെൻട്രിഫ്യൂജിന്റെ കാര്യം ഓർക്കുക. ഒരാൾക്ക് പ്രതിദിനം 1 കിലോഗ്രാം ഓക്സിജനാണ് ആവശ്യമുള്ളത്. പേടകത്തിനുള്ളിലെ അന്തരീക്ഷത്തിൽ ഭൂമിയിലേതുപോലെ നൈട്രജനും കലർന്നിരിക്കണം. തീപിടിത്തം ഒഴിവാക്കാനാണിങ്ങനെ ചെയ്യേണ്ടത്. അന്തരീക്ഷമർദ്ദവും നമുക്ക് പരിചിതമായ അളവിലുള്ളതാകണം. നാം ശ്വാസോച്ഛ്വാസം ചെയ്യുമ്പോൾ പുറത്തുവിടുന്ന കാർബൺ ഡൈഓക്സൈഡിനെ (CO_2)നീക്കം ചെയ്യാനുള്ള സംവിധാനം വേണം. ശീതോഷ്ണ സ്ഥിതി ക്രമീകരണം, ആഹാരം, ജലം, വിശ്രമം, വ്യായാമം എന്നിവയ്ക്കുള്ള സൗകര്യമുണ്ടാകണം. ബന്ധനാവസ്ഥയും (confinement) ഒറ്റപ്പെടലും (isolation) സൃഷ്ടിക്കുന്ന മാനസിക പിരിമുറുക്കത്തിൽനിന്നും രക്ഷപ്പെടാൻ വിനോദോപാധികളും കുടുംബാംഗങ്ങളും സുഹൃത്തുക്കളുമായി ആശയവിനിമയം നടത്താനുള്ള സൗകര്യങ്ങളും പേടകത്തിലുണ്ടായിരിക്കേണ്ടത് അത്യാവശ്യമാണ്.

ഇങ്ങനെ അനവധിയാണ് മനുഷ്യന്റെ ബഹിരാകാശവാസം ഉയർത്തുന്ന ആവശ്യങ്ങൾ. ബഹിരാകാശ യാത്രികൻ ഒരു യന്ത്രമല്ല മറിച്ച് 'പച്ച'യായ മനുഷ്യനാണ് എന്നതാണ് ഇത്രയും വർദ്ധിച്ച സങ്കീർണ്ണതയ്ക്ക് കാരണം. അങ്ങനെയാണെങ്കിൽ, എന്തിന് മനുഷ്യനെ ബഹി

രാകാശത്തിലേക്കയക്കണം? നമ്മുടെ കൈവശമുള്ള പരിഷ്കൃതമായ ഉപകരണങ്ങളും റോബോട്ടുകളും (robot) പോയാൽ മതിയാകുകയില്ലേ? ചോദ്യം ന്യായംതന്നെ. എന്നാൽ ഇപ്പോഴും മനുഷ്യന്റെ സാന്നിധ്യത്തിന് പൂർണ്ണമായി പകരംവയ്ക്കാൻ മറ്റൊന്നുമില്ലെന്നത് ഒരു യാഥാർത്ഥ്യമായി തുടരുന്നു. അത്യധിക വികാസം നേടിയിട്ടുള്ള ഇന്നത്തെ സാങ്കേതിക ചുറ്റുപാടിൽപ്പോലും, ക്രിയാത്മകത (creativity), വിശേഷബുദ്ധി (intelligence), വിധിനിർണ്ണയശേഷി (judgement), വിവേചനശേഷി (discrimination), പ്രത്യുല്പന്നമതിത്വം (presence of mind) എന്നീ കഴിവുകളിൽ മനുഷ്യൻ തൽക്കാലം യന്ത്രത്തേക്കാൾ ഒരുപടി മുന്നിലാണെന്നുവേണം കണക്കാക്കാൻ. അതിനാൽ വരുംവർഷങ്ങളിലെ സങ്കീർണ്ണമായ ബഹിരാകാശ ദൗത്യങ്ങളിൽ മനുഷ്യനും യന്ത്രവും തമ്മിലുള്ള കൂട്ടായ്മയാണ് നാം കാണാൻ പോകുന്നത്.

6

ഉന്നതങ്ങളിലെ സുഹൃത്തുക്കൾ

രണ്ടാംലോകമഹായുദ്ധകാലത്ത് ഹിറ്റ്ലറിന്റെ കീഴിലുള്ള ജർമ്മനിയിലാണ് ആധുനിക റോക്കറ്റുകളുടെ മുൻഗാമിയുടെ ജനനം എന്നു നാം നേരത്തേ കണ്ടുകഴിഞ്ഞു. യുദ്ധത്തിനുശേഷം, ജർമ്മനിയിലവശേഷിച്ച റോക്കറ്റുകളെയും ശാസ്ത്രജ്ഞന്മാരെയും സോവിയറ്റ് യൂണിയനും അമേരിക്കയും വീതിച്ചെടുത്തുവെന്നാണ് ചരിത്രം. തുടർന്നുവന്ന ശീതസമരക്കാലത്ത് ഈ രാഷ്ട്രങ്ങൾക്കിടയിൽ സർവ്വമേഖലകളിലും അതിശക്തമായ മത്സരം നിലനിന്നുപോന്നു. "ആരാദ്യം, കൂടുതൽ വേഗത്തിൽ, കൂടുതൽ ഉയരത്തിൽ?" – ഇതായിരുന്നു ഏറ്റവും പ്രചാരത്തിലിരുന്ന മുദ്രാവാക്യം. 1957-ൽ സോവിയറ്റ് യൂണിയൻ പ്രഥമ ഉപഗ്രഹം വിക്ഷേപിച്ചു. 1961-ൽ യൂറി ഗഗാറിൻ ഒന്നാമത്തെ ബഹിരാകാശസഞ്ചാരി എന്ന ബഹുമതി നേടി. രണ്ടുപ്രാവശ്യവും സോവിയറ്റ് യൂണിയന്റെ മുമ്പിൽ ഒന്നാംസ്ഥാനം കൈവിട്ടുപോയ അമേരിക്ക 1969-ൽ മനുഷ്യൻ ചന്ദ്രനിലിറങ്ങിയതോടെ ആ പദവി തിരിച്ചുപിടിച്ചു. വാസ്തവത്തിൽ, ഈ രണ്ടു രാഷ്ട്രങ്ങൾ തമ്മിലുള്ള മത്സരം തന്നെയായിരുന്നു ബഹിരാകാശപ്രവർത്തനങ്ങൾക്ക് അക്കാലത്ത് ആക്കം നൽകിയിരുന്നത്. ഗോളാന്തരപേടകങ്ങൾ രണ്ടുരാജ്യങ്ങളും തുരുതുരെ തൊടുത്തുവിട്ടു. അന്നു തുറന്നുകിട്ടിയ ബഹിരാകാശ പര്യവേക്ഷണത്തിന്റെ അനന്തസാധ്യതകൾ ഇപ്പോഴും മനുഷ്യനെ ആകർഷിച്ചുകൊണ്ടേയിരിക്കുന്നു. ഭാരതമുൾപ്പെടെ, കൂടുതൽ രാഷ്ട്രങ്ങൾ ബഹിരാകാശരംഗത്ത് ഇന്ന് നിലയുറപ്പിച്ചിട്ടുണ്ട്.

1960-കളിൽത്തന്നെ ഈ നൂതന സാങ്കേതികവിദ്യക്ക് മനുഷ്യനന്മ

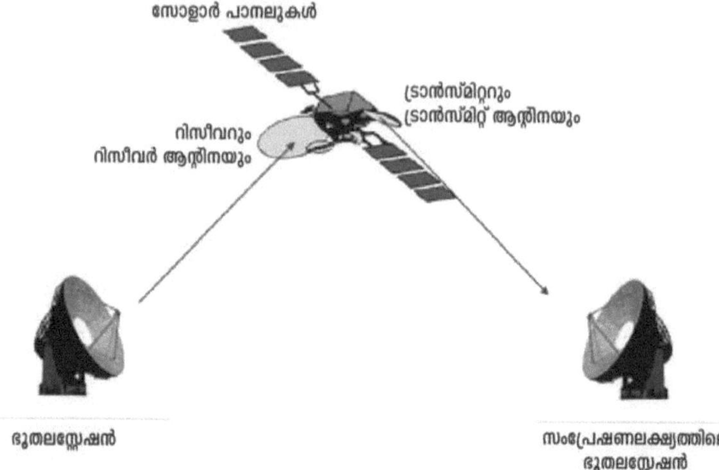

ഉപഗ്രഹ സന്ദേശ വിനിമയം

യ്ക്കായുള്ള പ്രായോഗികോപാധികളായി വർത്തിക്കാൻ കഴിയുമെന്ന് തിരിച്ചറിഞ്ഞുകഴിഞ്ഞിരുന്നു. ബഹിരാകാശത്തിന് ഒരു പുതിയ മാനം കൈവന്നതപ്പോഴാണ്. കര, കടൽ, വായുമണ്ഡലം എന്നിവപോലെ തന്നെ മറ്റൊരു 'പരിസ്ഥിതി'യായി ബഹിരാകാശത്തിനെ കാണാൻ തുടങ്ങി. ബഹിരാകാശം നമ്മുടെ 'നാലാം പരിസ്ഥിതി' എന്ന നിലയിലേക്കുയർന്നു. വിവേകപൂർവ്വം ഉപയോഗിക്കേണ്ട സമൃദ്ധമായ ഒരു വിഭവസമ്പത്ത് (resource) എന്ന സ്ഥാനമാണ് ഇന്ന് ബഹിരാകാശം നേടിയിരിക്കുന്നത്. ഭൂമിയെ പ്രദക്ഷിണം ചെയ്തുകൊണ്ടിരിക്കുന്ന അനവധി ഉപഗ്രഹങ്ങൾ സന്ദേശവിനിമയം (communication), കാലാവസ്ഥാപഠനം (meteorology), വിദൂരസംവേദനം (remote sensing), സ്ഥാനനിർണ്ണയം (navigation) തുടങ്ങി മനുഷ്യജീവിതത്തിന്റെ സമസ്തമേഖലകളിലും രാപകൽ ഭേദമെന്യേ നമ്മെ തുണച്ചുകൊണ്ടിരിക്കുകയാണ്. ഇതിനോടൊപ്പം പ്രപഞ്ചസത്യങ്ങളെത്തേടിയുള്ള പര്യവേക്ഷണങ്ങളും തുടരുന്നു.

ആശയവിനിമയം മാനവസംസ്കാരത്തിന്റെ നെടുംതൂണാണല്ലോ. ഗുഹാചിത്രങ്ങൾ, ആംഗ്യഭാഷ, സംസാരഭാഷ, ലിപി, അച്ചടി, റേഡിയോ, ടെലിവിഷൻ ഇങ്ങനെ പല പടികളിലൂടെ വളർന്നുവന്ന നമ്മുടെ ആശയവിനിമയോപാധികൾ നമ്മെ ഇന്നുകൊണ്ടെത്തിച്ചിരിക്കുന്നത് ഒരു 'ആഗോളഗ്രാമ'ത്തിലാണ് (global village). 'ദൂര'മെന്ന ആശയത്തിന്റെ പ്രസക്തി നഷ്ടപ്പെട്ടിരിക്കുന്നു. "ദൂരത്തിന്റെ മരണ"ത്തിനാണ് (death of distance) നാമിന്ന് സാക്ഷികളാകുന്നത്.

ആധുനിക ആഗോള സന്ദേശ വിനിമയ വ്യൂഹത്തിന്റെ ഒരു പ്രധാന ഘടകം ഉപഗ്രഹങ്ങളാണ്. കരയിലും കടലിനടിയിലും സ്ഥാപി

ച്ചിരിക്കുന്ന കേബിളുകൾ (cable), റേഡിയോ/മൈക്രോവേവ് ശൃംഖലകൾ എന്നിവയാണ് സാമ്പ്രദായിക സന്ദേശ വിനിമയോപാധികൾ. അടുത്തകാലത്തായി പ്രകാശ തരംഗങ്ങളും (optical communication) പ്രചാരത്തിൽ വന്നിട്ടുണ്ട്. ഇതിനുവേണ്ടിയുപയോഗിക്കുന്ന കേബിളുകളെ പ്രകാശനാരുകൾ (optical fiber) എന്നുവിളിക്കുന്നു. എല്ലാത്തരം കേബിളുകളും സ്ഥാപിക്കുന്നതും പരിരക്ഷിക്കുന്നതും (maintenance) ചെലവും ബുദ്ധിമുട്ടും ഏറിയ കാര്യമാണ്. ഒരു സെക്കന്റിൽ കൈകാര്യം ചെയ്യാൻ കഴിയുന്ന സന്ദേശത്തിന്റെ അളവിനെയാണ് ബാൻഡ്‌വിഡ്ത് സൂചിപ്പിക്കുന്നത്. ഇക്കാര്യത്തിൽ പ്രകാശതരംഗങ്ങളാണ് വളരെ മുന്നിൽ നിൽക്കുന്നത്. റേഡിയോ തരംഗങ്ങളും പ്രകാശ തരംഗങ്ങളും മറ്റും വിദ്യുത്കാന്തിക വികിരണങ്ങൾ (electromagnetic radiation) എന്നറിയപ്പെടുന്ന ഒരു വലിയ കുടുംബത്തിലെ അംഗങ്ങളാണ്. ഇവയെല്ലാം ശൂന്യതയിലൂടെ (vacuum) ഒരേ വേഗത്തിൽ സഞ്ചരിക്കുന്നു (3 ലക്ഷം കിലോമീറ്റർ/സെക്കന്റ്). എന്നാൽ ഓരോ തരംഗത്തെയും വ്യത്യസ്തമാക്കുന്നത് അതിന്റെ ആവൃത്തിയാണ് (frequency). നമ്മുടെ റേഡിയോയിൽ ഭൂമിയുടെ മറുവശത്തുള്ള ഒരു സ്റ്റേഷനിൽനിന്നു പുറപ്പെടുന്ന പരിപാടി എത്തിച്ചേരുന്നതിനു കാരണം, ഭൂമിയുടെ അന്തരീക്ഷത്തിലുള്ള അയണോസ്ഫിയർ എന്ന പ്രതിഭാസമാണ്. ഭൂമിയിൽനിന്ന് ഏകദേശം 50 കിലോമീറ്റർ മുതൽ 500 കിലോമീറ്ററോളം മുകളിലോട്ടു വ്യാപിച്ചുകിടക്കുന്ന വൈദ്യുതചാർജ്ജ് നിറഞ്ഞ അന്തരീക്ഷമാണ് അയണോസ്ഫിയർ. സാധാരണ റേഡിയോയിൽ ഉപയോഗിക്കുന്ന താരതമ്യേന ആവൃത്തി കുറഞ്ഞ തരംഗങ്ങളെ പ്രതിഫലിപ്പിച്ച് താഴോട്ട് ഭൂമിയിലേക്കുതന്നെ തിരിച്ചയക്കുകയാണ് അയണോസ്ഫിയർ ചെയ്യുന്നത്. അതിനാൽ റേഡിയോസന്ദേശം ബഹുദൂരം സഞ്ചരിക്കുന്നു. എന്നാൽ ആവൃത്തി വളരെ ഉയർന്ന മൈക്രോവേവുകൾ, അയണോസ്ഫിയറിൽ തട്ടി പ്രതിഫലിക്കുന്നതിനുപകരം, അതിനെ ഭേദിച്ചു പുറത്തുകടന്ന് ബഹിരാകാശത്തേക്കു നഷ്ടപ്പെടുന്നു.

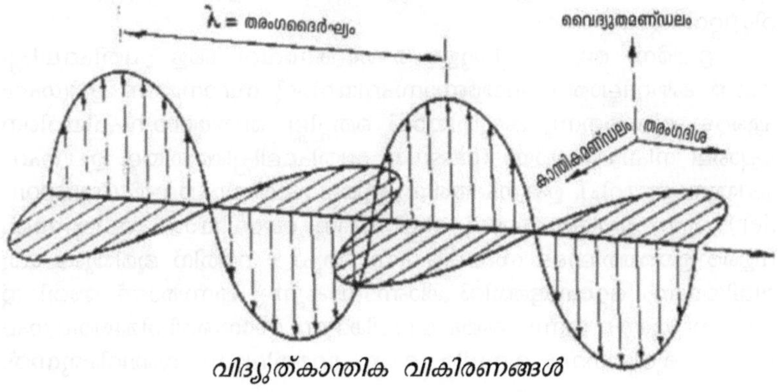

വിദ്യുത്കാന്തിക വികിരണങ്ങൾ

റിപ്പീറ്റർ സ്റ്റേഷൻ

തത്ഫലമായി, മൈക്രോവേവുകൾ ഉപയോഗിച്ച് സന്ദേശവിനിമയം നടത്തുമ്പോൾ, അന്യോന്യം കാണാവുന്ന രണ്ടു സ്ഥലങ്ങൾക്കിടയിൽ മാത്രമായി വിനിമയപരിധി (range) പരിമിതപ്പെടുന്നു. ഇതിനെ line - of - sight സന്ദേശവിനിമയം എന്നു വിളിക്കുന്നു.

ഈ സംവിധാനത്തിൽ, സന്ദേശ വിനിമയപരിധി 50–60 കിലോമീറ്ററിൽ കവിയാറില്ല. അവിടവിടെയായി റിപ്പീറ്റർ (repeater) സ്റ്റേഷനുകൾ സ്ഥാപിച്ചാണ് ഈ പരിമിതിക്ക് പരിഹാരം കാണുന്നത്. മൈക്രോവേവ് ഉപയോഗത്തിനു കാരണം, അതിന്റെ താരതമ്യേന ഉയർന്ന സന്ദേശവാഹകശേഷിയാണ്. അതിനാൽ ഈ രീതി വലിയ പ്രചാരത്തിലിരിക്കുന്നു. എങ്കിലും ഒരു ആഗോള മൈക്രോവേവ് വ്യൂഹം സ്ഥാപിക്കാനാവശ്യമായിവരുന്ന റിലേ റിപ്പീറ്റർ (repeater) സ്റ്റേഷനുകളുടെ എണ്ണം അപ്രായോഗികമായ തോതിൽ ഭീമമാണ്. ഒരുവശത്തു നിന്നും വരുന്ന സന്ദേശങ്ങളെ - ഇവയെ സിഗ്നൽ (signal) എന്നു വിളിക്കാം - സ്വീകരിച്ച് ശക്തികൂട്ടി മറ്റുഭാഗങ്ങളിലേക്കയക്കുകയാണ് റിപ്പീറ്ററിന്റെ കർത്തവ്യം.

ഉയർന്ന ആവൃത്തിയുള്ള മൈക്രോവേവുകളെ പ്രതിഫലിപ്പിക്കാൻ കഴിവില്ലാത്ത അയണോസ്ഫിയറിന്റെ സ്ഥാനമാണ് ഉപഗ്രഹം ഏറ്റെടുക്കുന്നതെന്നു കരുതിയാൽ തെറ്റില്ല. അയണോസ്ഫിയറിനെപ്പോലെ നിഷ്ക്രിയമായി (passive) പ്രതിഫലിപ്പിക്കുകയല്ല ഉപഗ്രഹം ചെയ്യുന്നത്. മറിച്ച്, ഉപഗ്രഹത്തിനുള്ളിലെ ട്രാൻസ്പോണ്ടർ (transponder) എന്ന ഉപകരണങ്ങൾ റിപ്പീറ്ററിന്റെ ജോലിയാണ് ചെയ്യുന്നത്. വളരെ ഉയരത്തിലൂടെ സഞ്ചരിക്കുന്ന ഒരുപഗ്രഹത്തിന് ഭൂമിയുടെ ഒരു വലിയഭാഗം ഒറ്റനോട്ടത്തിൽ കാണാനാകുന്നു എന്നതാണ് അതിന്റെ പ്രധാന ഗുണം. ഇന്നു നമ്മെ സേവിക്കുന്ന സന്ദേശവിനിമയോപഗ്രഹങ്ങളിൽ ഭൂരിഭാഗവും ഭൂസ്ഥിര ഭ്രമണപഥത്തിലാണ് സഞ്ചരിക്കുന്നത്.

36000 കിലോമീറ്റർ ഉയരത്തിൽ നില്ക്കുന്ന ഇത്തരം ഒരുപഗ്രഹത്തിന് ഭൗമേപരിതലത്തിന്റെ 45 ശതമാനത്തോളം ഭാഗം വീക്ഷണവിധേയമാകുന്നു. ഇതിൽ ധ്രുവപ്രദേശങ്ങൾ ഉൾക്കൊള്ളുന്നില്ല എന്നോർക്കേണ്ടതുണ്ട്. എന്നാൽ ആ ഭാഗങ്ങളിൽ സന്ദേശവിനിമയാവശ്യങ്ങളും തീരെ കുറവാണല്ലോ. ഭൗമോപരിതലത്തിൽ നിന്നും 36000 കിലോമീറ്റർ ഉയരത്തിൽ, മധ്യരേഖയ്ക്കു നേരെ മുകളിൽ, ഒരു സമഭുജത്രികോണത്തിന്റെ (equilateral triangle) മൂന്നു മൂലകളിലായി ഓരോ ഉപഗ്രഹം സ്ഥാപിച്ചാൽ ആഗോള സന്ദേശവിനിമയം, തത്ത്വത്തിൽ, സാധ്യമാകുന്നു. എന്നിരുന്നാലും, ഭൂസ്ഥിര ഭ്രമണപഥത്തിൽ പല രാഷ്ട്രങ്ങളുടെയും ഏജൻസികളുടെയും ഉടമസ്ഥതയിലുള്ള ഇരുന്നൂറിലേറെ ഉപഗ്രഹങ്ങൾ ഇന്ന് പ്രവർത്തിക്കുന്നുണ്ട്.

ഭൂസ്ഥിരോപഗ്രഹത്തിന്റെ ഏറ്റവും പ്രധാനപ്പെട്ട സവിശേഷത അതിന്റെ ഭ്രമണകാലമാണെന്ന് നാം മുമ്പ് കണ്ടല്ലോ. ഭൂമിക്ക് അതിന്റെ അച്ചുതണ്ടിൽ ഒരു പ്രാവശ്യം കറങ്ങാനാവശ്യമായ സമയവും, ഉപഗ്രഹത്തിന് ഭൂമിക്കുചുറ്റും ഒരു പ്രദക്ഷിണം വയ്ക്കാൻ വേണ്ട സമയവും തുല്യമാണ്. അതിനാൽ, ഭൂമിയിൽ നിന്നുനോക്കുന്ന നമുക്ക്, ഉപഗ്രഹം ആകാശത്തിലെ സ്ഥിരമായ ഒരു സ്ഥാനത്ത് നിശ്ചലമായി നിൽക്കുന്നുവെന്ന പ്രതീതി ഉണ്ടാകുന്നു. താഴെയുള്ള ഭൗമസ്റ്റേഷനുകളുടെ ആന്റിനകൾ - ഇവയാണ് മൈക്രോവേവ് തരംഗങ്ങൾ പിടിച്ചെടുക്കുന്നത് - ഒരേ ദിശയിൽത്തന്നെ നോക്കിനിന്നാൽ മതിയെന്നതാണ് ഭൂസ്ഥിരോപഗ്രഹങ്ങളുടെ മെച്ചം. കൂടാതെ, ഉപഗ്രഹത്തിന്റെ സേവനം പകലും രാത്രിയും ഒരുപോലെ ലഭിക്കുകയും ചെയ്യുന്നു.

ഉപഗ്രഹസന്ദേശ വിനിമയ സംവിധാനത്തിന്റെ പരിധി ഭൂപ്രകൃതിയെ (മലകൾ, കുന്നുകൾ, ഉയർന്ന കെട്ടിടങ്ങൾ എന്നിവ) ആശ്രയിച്ചിരിക്കുന്നില്ല എന്നതാണ് മറ്റൊരു പ്രധാന പ്രത്യേകത. ഇക്കാലത്ത് സാധാരണയായി ഒരു ഉപഗ്രഹത്തിൽ 24-ലേറെ ട്രാൻസ്പോണ്ടറുകൾ ഉണ്ടാകും. ഇതിൽ ഒരു ട്രാൻസ്പോണ്ടറിന് ഏകദേശം നാനൂറോളം ടെലഫോണുകൾ തമ്മിൽ പരസ്പരബന്ധം (two-way) സ്ഥാപിക്കാൻ കഴിയുന്നു. ടെലഫോൺ സംഭാഷണം മാത്രമല്ല, ടെലിവിഷൻ (TV), കമ്പ്യൂട്ടർ സന്ദേശങ്ങൾ (data) എന്നിവയും കൈകാര്യംചെയ്യാൻ ട്രാൻസ്പോണ്ടറിനു കഴിയും. ആദ്യകാലത്ത്, ഒരു കളർ ടി വി ചാനലിന് ഒരു ട്രാൻസ്പോണ്ടർ വേണ്ടിയിരുന്നു. എന്നാൽ ഇന്ന് പ്രചാരത്തിലിരിക്കുന്ന ഡിജിറ്റൽ സംവിധാനങ്ങളുപയോഗിച്ച് ഒരു ട്രാൻസ്പോണ്ടറിന്റെ സഹായത്തോടെ 8-10 കളർ ടിവി പരിപാടികൾ ഒരേസമയം സംപ്രേഷണം നടത്താൻ പറ്റുന്നു.

ഉപഗ്രഹാധിഷ്ഠിത സന്ദേശ വിനിമയ സംവിധാനത്തോടൊപ്പം മുമ്പുസൂചിപ്പിച്ച സാമ്പ്രദായിക ഉപാധികളും അടുത്തിടെ പ്രചാരത്തിൽ വന്ന പ്രകാശനാരുകളും (optical fiber) സംയോജിപ്പിച്ചാൽ മാത്രമേ നമ്മുടെ ആവശ്യങ്ങൾ പരിപൂർണ്ണമായി പരിഹരിക്കാൻ പറ്റുക

യുള്ളൂ എന്നോർക്കുക.

സാങ്കേതികവിദ്യയിൽ അഭൂതപൂർവ്വമായ നേട്ടങ്ങൾ കൈവരിച്ചു കഴിഞ്ഞിട്ടുണ്ടെങ്കിലും, നാം ഇന്നും കാലാവസ്ഥയുടെ കനിവിന്റെ അടിസ്ഥാനത്തിലാണ് ജീവിക്കുന്നത്. കൃഷി, ഗതാഗതം, വിനോദം തുടങ്ങി ജീവിതത്തിന്റെ എല്ലാ മേഖലകളിലും കാലാവസ്ഥയുടെ സ്വാധീനം വ്യക്തമാണ്. കൃത്യമായ കാലാവസ്ഥാപ്രവചനം നമുക്ക് അത്യാവശ്യമാണ്. അന്തരീക്ഷത്തിലെ 50 കിലോമീറ്ററിന് താഴെയുള്ള ഭാഗമാണ് കാലാവസ്ഥാ ശാസ്ത്ര പഠനത്തിൽ (meteorology) വിധേയമാക്കുന്നത്. ഭൂമിയെ വലയം ചെയ്തിരിക്കുന്ന അന്തരീക്ഷത്തിലെ ഘടകങ്ങൾ തമ്മിൽ നിരന്തരം മിശ്രണം (mixing) നടന്നുകൊണ്ടിരിക്കുകയാണ്. അതിനാൽ ഭൂമിയുടെ ഒരു ഭാഗത്തുള്ള അന്തരീക്ഷത്തിലുണ്ടാകുന്ന ചെറിയ വ്യതിയാനങ്ങൾപോലും വളരെയകലെയുള്ള സ്ഥലങ്ങളിലെ കാലാവസ്ഥയെ സ്വാധീനിക്കുന്നു. കാലാവസ്ഥാക്രമീകരണം ഒരു ആഗോള പ്രതിഭാസമാണ്. ഭൗമാന്തരീക്ഷത്തിലെ ഏറ്റവും താഴെയുള്ള 15 കിലോമീറ്റർ വ്യാപിച്ചുകിടക്കുന്ന ട്രോപോസ്ഫിയർ (troposphere) എന്ന ഭാഗമാണ് നമ്മുടെ കാലാവസ്ഥയെ മുഖ്യമായും നിയന്ത്രിക്കുന്നത്. ഇതിനു മുകളിലുള്ള സ്ട്രാറ്റോസ്ഫിയർ (stratosphere) ഏകദേശം 50 കിലോമീറ്ററോളം എത്തുന്നുണ്ട്. അന്തരീക്ഷ ഘടകങ്ങൾ തമ്മിലുള്ള മിശ്രണം, അവ തമ്മിലുള്ള സന്തുലിതാവസ്ഥയിലുണ്ടായിക്കൊണ്ടിരിക്കുന്ന ദ്രുതവ്യതിയാനങ്ങൾ എന്നിവയെക്കുറിച്ചുള്ള സുപ്രധാന വിവരങ്ങൾ നമുക്കു ലഭിക്കുന്നത് സ്ട്രാറ്റോസ്ഫിയറിൽ നിന്നാണ്. ഈ രണ്ടു മേഖലകളിൽ നടക്കുന്ന ഊർജ്ജ-രസതന്ത്ര പ്രക്രിയകളാണ് യഥാർത്ഥത്തിൽ കാലാവസ്ഥാ ശാസ്ത്രത്തിന്റെ മർമ്മം. അന്തരീക്ഷത്തിന്റെ വിവിധ തലങ്ങളിലെ ഊഷ്മാവ്, മർദ്ദം, സാന്ദ്രത, ഘടന, വായുചലനം (കാറ്റ്), താപ കൈമാറ്റം (heat exchange) എന്നിവയെക്കുറിച്ച് വിശദവിവരങ്ങൾ കൃത്യമായ കാലാവസ്ഥാ പ്രവചനത്തിന് അനുപേക്ഷണീയമാണ്. ഭൂമിയുടെ ഉപരിതലത്തിൽ സ്ഥാപിച്ചിട്ടുള്ളതും ബലൂണുകൾ, വിമാനങ്ങൾ എന്നിവയിൽ ഘടിപ്പിച്ചിട്ടുള്ളതും ആയ ഉപകരണങ്ങളിൽ നിന്നാണ് നമുക്ക് മുൻകാലത്ത് പരിമിതമായ നിരീക്ഷണങ്ങളെങ്കിലും സാധ്യമായിരുന്നത്. ഇവയുടെ ഉപയോഗം ഇന്നും തുടരുന്നുണ്ടെങ്കിലും, ഉപഗ്രഹങ്ങൾ സർവ്വസാധാരണമായതോടെ കാലാവസ്ഥാ ശാസ്ത്രത്തിന് ഒരു പുതുജീവനാണ് കിട്ടിയത്.

1957-ലെ പ്രഥമ ഉപഗ്രഹ വിക്ഷേപണത്തിനുശേഷം രണ്ടുവർഷത്തിനകംതന്നെ ഉപഗ്രഹങ്ങളിൽനിന്ന് നമുക്ക് കാലാവസ്ഥാ സംബന്ധിയായ വിവരങ്ങൾ തുടർച്ചയായി ലഭിച്ചുതുടങ്ങി. ബഹിരാകാശത്തുനിന്ന് എടുത്ത ആദ്യത്തെ മേഘചിത്രം 1959-ലാണ് ഭൂമിയിലെത്തിയത്. താമസിയാതെ വിദ്യുത്കാന്തിക വികിരണ കുടുംബത്തിലെ ദൃഷ്ടിഗോചര രശ്മികൾ (visible spectrum), താപരശ്മികൾ (infrared), മൈക്രോ

വേവ് എന്നീ ഭാഗങ്ങളിലൂടെ ഭൂമിയെ വീക്ഷിക്കുമ്പോൾ കിട്ടുന്ന ചിത്രങ്ങളുടെയെല്ലാം സംയോജിത പഠനം ആരംഭിച്ചു. കൂടാതെ ജനവാസം തീരെയില്ലാത്ത പ്രദേശങ്ങളിലും സമുദ്രങ്ങളിലും സ്ഥാപിച്ചിട്ടുള്ള ഉപകരണങ്ങൾ ശേഖരിക്കുന്ന കാലാവസ്ഥാ വിവരങ്ങൾ റേഡിയോ തരംഗങ്ങളിലൂടെ ഉപഗ്രഹത്തിലെത്തി, അവിടെനിന്ന് ഭൂമിയിലുള്ള നിരീക്ഷണകേന്ദ്രങ്ങളിൽ എത്തുന്നുമുണ്ട്. കാലാവസ്ഥോപഗ്രഹങ്ങളിൽ നിന്നു കിട്ടുന്ന ചിത്രങ്ങളുപയോഗിച്ച് മേഘങ്ങളുടെ ക്രമീകരണവും ചലനങ്ങളും, കൊടുങ്കാറ്റിന്റെ (storm) ഗതി തുടങ്ങി പല പ്രതിഭാസങ്ങളെയും കുറിച്ച് അനുമാനങ്ങളിലെത്താൻ നമുക്കു കഴിയുന്നു. ആഗോളതലത്തിൽ ശേഖരിക്കുന്ന ഭീമമായ വിവരങ്ങൾ വിശകലനം ചെയ്യാൻ അതിശക്തിയുള്ള 'സൂപ്പർ' കമ്പ്യൂട്ടറുകൾ തന്നെ വേണം. 1966-മുതൽതന്നെ പ്രകൃതിക്ഷോഭങ്ങളെക്കുറിച്ചുള്ള മുന്നറിയിപ്പ് അനുദിനം ലഭിച്ചുകൊണ്ടിരിക്കുന്നുണ്ട്.

ഭൗമവിവരങ്ങളുടെ പരിമിതി കൂടുതലായനുഭവപ്പെട്ടുകൊണ്ടിരിക്കുന്ന ഒരു കാലഘട്ടമാണല്ലോ ഇത്. കൂടാതെ, ഇന്നത്തെ സാമൂഹിക-രാഷ്ട്രീയ-സാമ്പത്തിക സാഹചര്യങ്ങൾ പണ്ട് നിലവിലുണ്ടായിരുന്നവയിൽനിന്നും തികച്ചും വിഭിന്നമാണ്. നമ്മുടെ വാസസ്ഥലമായ ഭൂമിയെക്കുറിച്ചും അതിലുള്ള വിഭവ സമ്പത്തിനെക്കുറിച്ചും സൂക്ഷ്മമായും വിവരങ്ങളുടെ ആവശ്യകതയെക്കുറിച്ച് മുമ്പെങ്ങുമില്ലാത്തവണ്ണം ഇന്നു നാം ബോധവാന്മാരാണ്. മുമ്പു നാം പരിചയപ്പെട്ട വിദ്യുത്കാന്തിക വികിരണങ്ങളുടെ വിവിധഭാഗങ്ങളിലൂടെ ഭൂമിയെ നിരീക്ഷിക്കുമ്പോൾ, കൃഷി, വനം, ജലാശയങ്ങൾ, സമുദ്രം, ധാതുസമ്പത്ത്, ജനസംഖ്യാവിന്യാസം മുതലായവയെ സംബന്ധിക്കുന്ന ഒട്ടേറെ വിവരങ്ങൾ നമുക്കു ലഭിക്കുന്നു. ഈ വിവരങ്ങൾ രാഷ്ട്രനിർമ്മാണ വികസന പ്രവർത്തനങ്ങൾക്ക് ഒഴിച്ചുകൂടാൻ വയ്യാത്തവയാണ്. ഇത്തരം വിവരങ്ങളാണ് ദിനം പ്രതിയെന്നോണം നമുക്ക് വിദൂരസംവേദനോപഗ്രഹങ്ങളിൽ (remote sensing) നിന്നും കിട്ടിക്കൊണ്ടിരിക്കുന്നത്. മാനത്തുകണ്ണിയായ മനുഷ്യൻ ആകാശത്തിലേക്ക് ഉറ്റുനോക്കിയപ്പോഴാണ് ജ്യോതിശ്ശാസ്ത്രം (astronomy) ജനിച്ചത്. ആകാശത്തുനിന്നും താഴേക്ക് ഭൂമിയെ നോക്കിയപ്പോൾ വിദൂര സംവേദനവും! ഉപഗ്രഹങ്ങളുടെ ആവിർഭാവത്തിനു മുമ്പുമുതൽതന്നെ വിമാനത്തിലുറപ്പിച്ചിട്ടുള്ള ഉപകരണങ്ങൾകൊണ്ട് ഭൂമിയുടെ ചിത്രങ്ങളെടുത്തിരുന്നു. ഈ സാമ്പ്രദായികരീതി ബഹിരാകാശയുഗത്തിൽ ഇന്നും തുടരുന്നുണ്ട്. കാരണം, ഇവ പരസ്പരം പൂരകങ്ങളാണെന്നതുതന്നെ.

വിദൂരസംവേദനം എന്നാൽ ഒരു വസ്തുവിനെ സ്പർശിക്കാതെ തന്നെ (non-contact) അതിനെക്കുറിച്ചുള്ള വിവരങ്ങൾ ശേഖരിക്കുക എന്നർത്ഥം. ഇങ്ങനെ വിപുലമായ അർത്ഥമാണുള്ളതെങ്കിലും, വിമാനം, ഉപഗ്രഹം എന്നിവ ഉപയോഗിച്ച് ഭൗമചിത്രങ്ങൾ എടുക്കുന്ന പ്രക്രിയയേയും ചിത്രങ്ങളുടെ വ്യാഖ്യാനത്തേയും മാത്രമാണ് ഇന്ന്

വിദൂരസംവേദനം എന്ന പദം അർത്ഥമാക്കുന്നത്. സൂര്യനിൽനിന്നു വരുന്ന, കണ്ണിനു കാണാൻ പറ്റുന്നതും അല്ലാത്തതുമായ 'വെളിച്ച'ത്തിലാണ് നാം ഭൂമിയുടെ ചിത്രങ്ങളെടുക്കുന്നത്. പ്രപഞ്ചത്തിലെ ഓരോ വസ്തുവും അതിന്റെ തനതായ (characteristic) രീതിയിൽ വിദ്യുത്കാന്തിക രശ്മികളുടെ വിവിധ ഭാഗങ്ങളെ ആഗിരണം (absorption) ചെയ്യുന്നു; പ്രതിഫലിപ്പിക്കുന്നു (reflect); നിർഗ്ഗമിപ്പിക്കുന്നു (emit). ഈ തനതായ സ്വഭാവം ഒരു കയ്യൊപ്പെന്നപോലെ, ഒരു വസ്തുവിനെ തിരിച്ചറിയാൻ സഹായിക്കുന്നു. ഒരു വസ്തുവിന്റെ വിരലടയാളം (finger print) എന്നു വേണമെങ്കിൽ ഇതിനെ വിശേഷിപ്പിക്കാം. എന്നാൽ വികിരണ വർണ്ണകയ്യൊപ്പ് (spectral signature) എന്ന പ്രയോഗത്തിനാണ് കൂടുതൽ പ്രചാരം. ഈ 'കയ്യൊപ്പാ'ണ് വിദൂരസംവേദന വിദ്യയുടെ ആണിക്കല്ല്.

ഉപഗ്രഹങ്ങളിൽ ഘടിപ്പിച്ചിട്ടുള്ള ക്യാമറകൾ, റഡാറുകൾ (radar), വികിരണശക്തിമാപിനി (radiometer) എന്നിവ വിവിധ തരംഗദൈർഘ്യത്തിലുള്ള (wavelength) വിദ്യുത്കാന്തിക വീചികളിലൂടെ ഭൂമിയെ നിരീക്ഷിക്കുകയും ചിത്രങ്ങളെടുക്കുകയും ചെയ്തുകൊണ്ടിരിക്കുന്നു. ഈ ചിത്രങ്ങളെ വ്യാഖ്യാനിക്കുന്നതിലൂടെ ഭൂമിയിലെ വിവിധ വസ്തുക്കളെക്കുറിച്ചുള്ള അനുമാനങ്ങളിലെത്തിച്ചേരുന്നു. വിവിധ തരംഗദൈർഘ്യമുള്ള വികിരണങ്ങളിലൂടെ നോക്കുമ്പോൾ, ഒരേ വസ്തുവിന്റെതന്നെ വിവിധ സവിശേഷ ഗുണങ്ങളാണ് കാണപ്പെടുക.

ഉപഗ്രഹചിത്രം (ചുഴലിക്കൊടുങ്കാറ്റ്)

ഭാരതത്തിന്റെ രണ്ട് വ്യത്യസ്ത വിദൂരസംവേദന ഉപഗ്രഹങ്ങൾ

ഇവയെ സംയോജിപ്പിച്ച് വിശകലനം ചെയ്യുന്നതിനെ ബഹുവർണ്ണ പഠനം (multi-spectral) എന്നു പറയുന്നു. “മഞ്ഞക്കണ്ണാടിയിലൂടെ

മൈക്രോവേവ് റേഡിയോ മീറ്റർ

നോക്കുമ്പോൾ എല്ലാം മഞ്ഞയായിക്കാണുന്നു'' എന്നു നാം സാധാരണയായി പറയാറുണ്ടല്ലോ. ഇവിടെപ്പറയുന്ന മഞ്ഞക്കണ്ണട യഥാർത്ഥത്തിൽ ഒരു അരിപ്പ് (filter) ആണ്. മഞ്ഞനിറം വഹിക്കുന്ന തരംഗങ്ങളെ മാത്രം കടത്തിവിടുകയും മറ്റുനിറങ്ങളെ തടഞ്ഞുനിർത്തുകയുമാണിതു ചെയ്യുന്നത്. ഇങ്ങനെ ഏതു തരംഗദൈർഘ്യത്തിനുമനുസൃതമായ (നിറം, വർണ്ണം) അരിപ്പുകൾ ആവശ്യാനുസരണം ഉപയോഗിക്കാവുന്നതാണ്. വെവ്വേറെ അരിപ്പുകൾ ഉപയോഗിച്ച് എടുക്കുന്ന ഒരേ വസ്തുവിന്റെ ചിത്രം വ്യത്യസ്തമായിരിക്കും എന്നോർക്കുക. വിവിധാവശ്യങ്ങൾക്കായി വിവിധ തരംഗദൈർഘ്യങ്ങളിലൂടെയാണ് ഭൂമിയെ വീക്ഷിക്കുന്നത്. ഉപഗ്രഹത്തിന്റെ ഭ്രമണപഥവും തെരഞ്ഞെടുക്കുന്നത് ദൗത്യത്തെ ആശ്രയിച്ചാണ്.

സാധാരണയായി വിദൂര സംവേദനത്തിനുതകുന്ന ഭ്രമണ പഥങ്ങൾ ധ്രുവങ്ങൾക്ക് മുകളിലൂടെ കടന്നുപോകുന്നവയായിരിക്കും. 700-1000 കിലോമീറ്ററാണ് ഇവയുടെ ഉയരം. ഒരു നാടയുടെ (ribbon) ആകൃതിയുള്ള ഒരു ഭൂവിഭാഗമാണ് ഉപഗ്രഹത്തിലെ ക്യാമറക്കണ്ണിൽ പതിയുക. ഉപഗ്രഹം ഭ്രമണം ചെയ്യുന്നതോടൊപ്പം, ഭൂമിയും അതിന്റെ അച്ചുതണ്ടിൽ കറങ്ങുന്നതിനാൽ, ഭൂമിയുടെ വിവിധ ഭാഗങ്ങൾ മാറി മാറി ക്യാമറയിൽ പതിയും. കുറേദിവസങ്ങൾക്കുള്ളിൽ (ആവശ്യാനുസരണം തെരഞ്ഞെടുക്കുന്നതനുസരിച്ച്) ഭൂമിയിലെ

ഉപഗ്രഹ റഡാർ

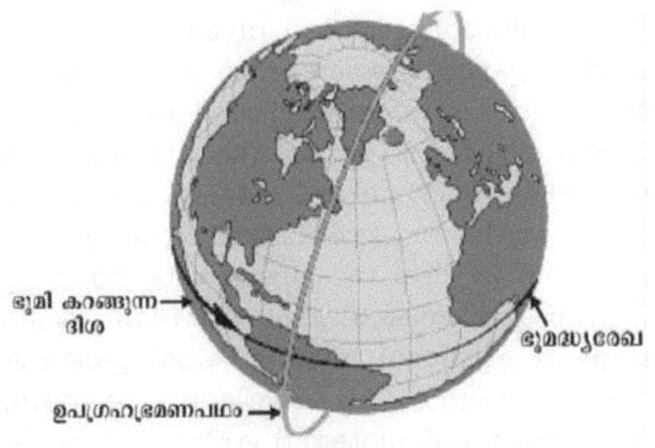

ഭൂസ്ഥിരഭ്രമണപഥം

സൂര്യസ്ഥിരഭ്രമണപഥം

ഓരോ ബിന്ദുവിന്റെയും ചിത്രം ഉപഗ്രഹത്തിലെ ക്യാമറ എടുത്തിരിക്കും. ചെറിയ ചിത്രങ്ങളെ മൊസേയ്ക് (mosaic) എന്നപോലെ ക്രമീകരിച്ച് വളരെ വിസ്തൃതമായ ഭൂവിഭാഗത്തിന്റെ ചിത്രം മെനഞ്ഞെടുക്കാൻ കഴിയും. ഏതെങ്കിലും ഒരു സ്ഥലത്തിന്റെതന്നെ ചിത്രം ഒരു നിശ്ചിത ആവർത്തനക്രമത്തോടെ (repetivity) (ഉദാ : 15 ദിവസം, 22 ദിവസം...) എടുക്കാൻ ഭ്രമണപഥം വേണ്ടരീതിയിൽ തെരഞ്ഞെടുത്താൽ മതിയാകും.

വിദൂരസംവേദനോപഗ്രഹങ്ങൾ സൂര്യസ്ഥിരഭ്രമണപഥത്തിലാണ് (sunsynchronous) സാധാരണയായി വിക്ഷേപിക്കാറുള്ളത്. ഇത്തരം ഭ്രമണപഥങ്ങളിൽ നിന്നെടുക്കുന്ന ചിത്രങ്ങളിലെ ഭൂവിഭാഗത്തിൽ സൂര്യകിരണങ്ങൾ പതിക്കുന്നത് എപ്പോഴും ഒരേ കോണിൽക്കൂടിയായിരിക്കും. അങ്ങനെയാവുമ്പോൾ ഒരു സ്ഥലത്തിന്റെ പല സന്ദർഭങ്ങളിലെടുക്കുന്ന ചിത്രങ്ങളുടെ താരതമ്യപഠനം എളുപ്പമായിത്തീരുന്നു. സൂര്യസ്ഥിര ഭ്രമണപഥത്തെ മറ്റൊരു രീതിയിലും വിവരിക്കാവുന്നതാണ്. അതായത്, ഓരോ പ്രാവശ്യവും ഉപഗ്രഹം മധ്യരേഖയ്ക്ക് കുറുകെ കടന്നുപോകുമ്പോൾ, ഉപഗ്രഹത്തിന് കുത്തനെ താഴെയുള്ള സ്ഥലത്തെ തദ്ദേശസമയം (local time) ഒന്നുതന്നെയായിരിക്കും. 10.30 am ഉദാഹരണമായി എടുത്താൽ, ഒന്നിനുപിറകേ ഒന്നായി ആവർത്തിക്കുന്ന എല്ലാ ഭ്രമണപഥവും മധ്യരേഖയ്ക്കു മുകളിലെത്തുമ്പോൾ, നേരെ താഴെയുള്ള തദ്ദേശസമയം 10.30 am ആയി തുടരുന്നു. രേഖാംശം (longitude) അനുസരിച്ച് തദ്ദേശസമയം മാറുന്നുവെന്നോർത്താൽ ഇതു മനസ്സിലാക്കാനെളുപ്പമായിരിക്കും.

വിവിധാവശ്യങ്ങൾക്ക് വ്യത്യസ്ത തരംഗദൈർഘ്യമുള്ള വികിരണങ്ങൾ ഉപയോഗിക്കുന്നുവെന്ന് മുമ്പു പറഞ്ഞല്ലോ. കൃഷി സംബന്ധിയായ നിരീക്ഷണങ്ങൾക്കു യോജിച്ചത് ദൃഷ്ടിഗോചരമായ പ്രകാശവും സമീപ താപരശ്മികളുമാണ് (near infrared). ചുവപ്പുനിറത്തിന്റെ തരംഗദൈർഘ്യത്തിൽ നിന്നും അല്പം മാത്രം കൂടിയ ദൈർഘ്യമുള്ളവയാണ് സമീപ താപരശ്മി. ജലാശയങ്ങളേയും സമുദ്രങ്ങളേയും നിരീക്ഷിക്കാൻ പറ്റിയത് തരംഗദൈർഘ്യം താരതമ്യേന കൂടിയ താപരശ്മികളാണ്. ഇതിനേക്കാൾ തരംഗദൈർഘ്യം കൂടുതലുള്ള മൈക്രോവേവ് മണ്ണിന്റെ ഊഷ്മാവ് നിർണ്ണയിക്കാൻ ഉപകരിക്കുന്നു. മൈക്രോവേവ് റഡാർ ഉപയോഗിച്ചാൽ കരയിലേയും കടലിലേയും ഉപരിതലത്തിന്റെ സവിശേഷതകൾ പഠിക്കാൻ കഴിയും. ചുരുക്കിപ്പറഞ്ഞാൽ, ഭൗമപഠനം സാധ്യമാക്കുന്ന നൂതന സങ്കേതങ്ങളാണ് ഉപഗ്രഹാധിഷ്ഠിത വിദൂര സംവേദനം നമുക്കായി ലഭ്യമാക്കിയിരിക്കുന്നത്. ഈ സാങ്കേതികവിദ്യ ഉപയോഗിക്കുന്ന ശ്രമത്തിൽ നമുക്ക് നേരിടേണ്ടിവരുന്ന ഏക പരിമിതി നമ്മുടെ ഭാവനമാത്രം!

പ്രാചീനകാലത്ത് കടലിലും കരയിലും ദൂരയാത്ര ചെയ്തിരുന്ന മനുഷ്യർ സ്ഥാനവും ദിശയും നിർണ്ണയിച്ചിരുന്നത് നക്ഷത്രങ്ങളെ നോക്കിയായിരുന്നു. പിന്നീട് വടക്കുനോക്കിയന്ത്രം (magnetic compass) പ്രയോഗത്തിൽവന്നു. ഇത്തരം മാർഗ്ഗങ്ങൾ കൃത്യതയോടെ ഉപയോഗിക്കാൻ ഒരളവുവരെ വൈദഗ്ദ്ധ്യം വേണ്ടിയിരുന്നു. ജ്യോതിശ്ശാസ്ത്രം, പഞ്ചാംഗം, ഭൗമകാന്തികമണ്ഡലം എന്നിവയിൽ ഒരു പ്രത്യേക ജ്ഞാനവും ഇല്ലാതെതന്നെ സ്ഥാനനിർണ്ണയം നടത്താൻ നമ്മെ സഹായിക്കുന്ന ഉപഗ്രഹങ്ങൾ ഇന്ന് നിലവിലുണ്ട്. ആഗോള സ്ഥാനനിർണ്ണയ സംവിധാനം (Global Positioning System) അഥവാ GPS എന്നറിയപ്പെടുന്ന ഒരു ഉപഗ്രഹ വ്യൂഹം ആണ് ഇക്കാര്യത്തിൽ നമുക്ക് സേവനം നൽകുന്നത്. ഭൗമോപരിതലത്തിൽ നിന്ന് 20,000കിലോമീറ്റർ ഉയരത്തിലുള്ള 6 വ്യത്യസ്ത ഭ്രമണപഥങ്ങളിലായി സഞ്ചരിക്കുന്ന മൊത്തം 24 ഉപഗ്രഹങ്ങളുടെ ഒരു വ്യൂഹമാണിത്. രാപകൽ ഭേദമെന്യേ എപ്പോൾ ആകാശത്ത് നോക്കിയാലും കുറഞ്ഞ പക്ഷം നാല് ഉപഗ്രഹമെങ്കിലും നമുക്ക് 'കാണാൻ' കഴിയും. 'കാണുക' എന്നാൽ അവയിൽ

വടക്കുനോക്കി യന്ത്രം

നിന്ന് പുറപ്പെടുന്ന വിവരങ്ങൾ ഉൾക്കൊള്ളുന്ന റേഡിയോ തരംഗങ്ങൾ നമ്മെ സമീപിക്കുന്നുവെന്നാണർത്ഥം. ഒരു മൊബൈൽ ഫോണിനോളം മാത്രം വലിപ്പമുള്ള GPS സ്വീകരണി (GPS receiver) നമ്മുടെ കയ്യിലുണ്ടെങ്കിൽ, മുമ്പുപറഞ്ഞ നാല് ഉപഗ്രഹങ്ങളിൽ നിന്നും വരുന്ന സിഗ്നലുകളെ പിടിച്ചെടുത്ത്, ഒരു കമ്പ്യൂട്ടറിന്റെ സഹായത്തോടെ നമ്മുടെ സ്ഥാനം (അക്ഷാംശം, രേഖാംശം, സമുദ്രനിരപ്പിൽ നിന്നുള്ള ഉയരം/താഴ്ച) ഉദ്ദേശം 10 മീറ്റർ കൃത്യതയോടെ ഗണിച്ചെടുത്ത് ഒരു സ്ക്രീനിൽ കാണിച്ചുതരും. കാറുകൾ, കപ്പലുകൾ, വിമാനങ്ങൾ എന്നിവയിലെല്ലാം GPS സൗകര്യം ഏർപ്പെടുത്തിക്കഴിഞ്ഞു. ഈ സൗകര്യം മൊബൈൽ ഫോണുകളിലും ലഭ്യമായിത്തുടങ്ങിയിട്ടുണ്ട്. GPS സ്വീകരണികളുടെ വില താരതമ്യേന വളരെക്കുറഞ്ഞുകൊണ്ടിരിക്കുന്നതിനാൽ, ഇതിന്റെ പ്രചാരം അടുത്ത കാലത്ത് വളരെ വർദ്ധിച്ചിട്ടുമുണ്ട്.

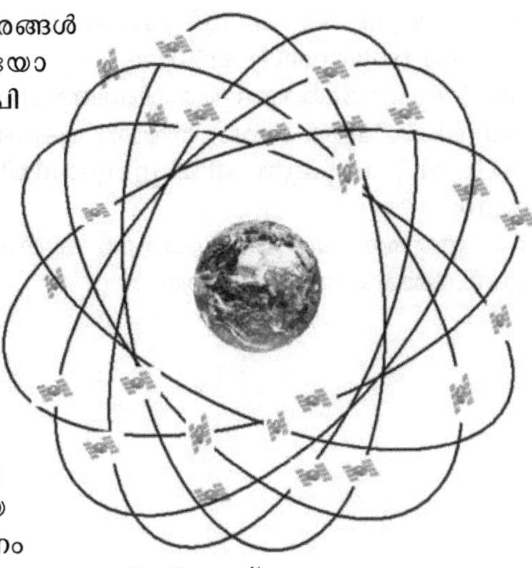

ജി പി എസ് ഉപഗ്രഹവ്യൂഹം

ഇന്ന് സന്ദേശവിനിമയം, കാലാവസ്ഥാ പഠനം, വിദൂര സംവേദനം തുടങ്ങിയ ആവശ്യങ്ങൾക്ക്, സാമാന്യമായിപ്പറഞ്ഞാൽ, വെവ്വേറെ ഉപഗ്രഹങ്ങളാണുപയോഗിച്ചു വരുന്നത്. ഭാവിയിലെ ഉപഗ്രഹങ്ങളിൽ വിവിധോദ്ദേശ്യങ്ങളെ (multipurpose) സംയോജിപ്പിച്ചെടുക്കാൻ സാധ്യതയുണ്ട്. ഇവയ്ക്ക് ഇന്നു കണ്ടുവരുന്ന ഉപഗ്രഹങ്ങളെക്കാൾ വലിപ്പം കൂടിയിരിക്കാനും ഇടയുണ്ട്. എന്നാൽ വളരെച്ചെറിയ കുറേയധികം ഉപഗ്രഹങ്ങളെ ഒരു കൂട്ടമായി (cluster) നിറുത്തി, ഒരു വലിയ ഉപഗ്രഹത്തിന്റെ ഉപയോഗം കൈവരുത്താനുള്ള സാധ്യതയും തള്ളിക്കളയാനാവില്ല. ഭീമാകാരന്മാരായ ഉപഗ്രഹങ്ങളെ ഒരൊറ്റ വിക്ഷേപണത്തിൽ ഭ്രമണപഥത്തിലെത്തിക്കാൻമാത്രം ശേഷിയുള്ള റോക്കറ്റുകൾ ഇല്ലായെന്ന് വന്നേക്കാം. അങ്ങനെയെങ്കിൽ, ചെറിയഭാഗങ്ങളായി നമ്മുടെ കൈവശമുള്ള റോക്കറ്റുകൾ ഉപയോഗിച്ച് ഭ്രമണപഥത്തിലെത്തിച്ചശേഷം, ഈ ഭാഗങ്ങളെ ബഹിരാകാശത്ത് ഘടിപ്പിക്കാൻ (on - orbit assembly) സാധിക്കും. ഇപ്പോൾ ഭ്രമണപഥത്തിലുള്ള അന്താരാഷ്ട്ര ബഹിരാകാശനിലയം (ISS) ഇതിനൊരു നല്ല ഉദാഹരണമാണ്. ബഹിരാകാശത്തു

സ്ഥാപിക്കുന്ന കിലോമീറ്റർ കണക്കിൽ വലിപ്പമുള്ള സൗരോർജ്ജ പാളികൾ (solar panel) ഉല്പാദിപ്പിക്കുന്ന വൈദ്യുതിയെ മൈക്രോവേവിന്റെ സഹായത്തോടെ ഭൂമിയിലെത്തിച്ചതിനുശേഷം, നമുക്കാവശ്യമായ രീതിയിലുള്ള വൈദ്യുതിയായി രൂപാന്തരപ്പെടുത്താനുള്ള പദ്ധതിയെക്കുറിച്ച് മനുഷ്യൻ ചിന്തിച്ചുതുടങ്ങിയിട്ടും കുറച്ചു കാലമായിരിക്കുന്നു.

ഇങ്ങനെ ബഹിരാകാശത്തിന്റെ എത്രയെത്ര നൂതന ഉപയോഗങ്ങളാണ് നമ്മെ കാത്തിരിക്കുന്നത്!

7

ഭ്രമണം ചെയ്യുന്ന പരീക്ഷണശാലകൾ

സ്വതന്ത്രപതനം സൃഷ്ടിക്കുന്ന ഭാരരഹിതാവസ്ഥ, ബഹിരാകാശ യാത്രികർക്ക് സുഖകരമല്ലെങ്കിലും, ശാസ്ത്രീയ പരീക്ഷണങ്ങൾക്ക് സവിശേഷമായ സാഹചര്യമാണ് ഒരുക്കുന്നത്. ഭൂമിയിലനുഭവപ്പെടുന്ന ഗുരുത്വാകർഷണബലമായ 1'g'യുടെ പത്തുലക്ഷത്തിലൊരംശത്തെ 1 മൈക്രോ 'g' എന്നു വിളിക്കുന്നു. 100 മൈക്രോ 'g' (അതായത് ഭൂമിയിലേതിന്റെ

സീറോ ഗ്രാവിറ്റി
(ചിത്രത്തിൽ സ്റ്റീഫൻ ഹോക്കിംഗ്)

പതിനായിരത്തിലൊരംശം) വരെയുള്ള ഗുരുത്വാകർഷണബലം സീറോ ഗ്രാവിറ്റി (zero gravity) എന്നാണ് അറിയപ്പെടുന്നത്. ബഹിരാകാശപേടകത്തിനു പുറത്തു കടുത്ത ശൂന്യതയാണുള്ളത് (ultra high vacuum). ഗുരുത്വാകർഷണത്തിന്റെ അഭാവവും ശൂന്യതയും ചേരുമ്പോൾ അടിസ്ഥാന ശാസ്ത്രപരീക്ഷണങ്ങൾക്ക് അനുയോജ്യമായ ഒരു അപൂർവ്വ സാഹചര്യമാണ് നമ്മുടെ മുന്നിൽ തുറന്നുകിട്ടുന്നത്.

പ്ലവനം (buoyancy), സംവഹനം (convection), അടിഞ്ഞുകൂടൽ (sedimentation), അന്തരീക്ഷമർദ്ദം എന്നിവ ഗുരുത്വാകർഷണത്തിന്റെ സ്വാധീനഫലമായാണ് ഭൂമിയിൽ സംഭവിക്കുന്നത്. അതിനാൽ ഇവയിൽനിന്ന് ഭൂമിയിലെ ഒരു പരീക്ഷണവും മുക്തമല്ല. ഭാരരഹിതാവസ്ഥ നിലനിൽക്കുന്ന ബഹിരാകാശത്തുവച്ച് പദാർത്ഥശാസ്ത്ര (material science) സംബന്ധിയായ അടിസ്ഥാന സ്വഭാവമുള്ള പരീക്ഷണങ്ങൾ നടത്താൻ സാധിക്കുമെന്നത് ഒരു പ്രത്യേക സവിശേഷതയാണ്. ആവശ്യമെങ്കിൽ, പേടകത്തിനു പുറത്തുള്ള അതിശൂന്യതയിലും പരീക്ഷണങ്ങൾ ചെയ്യാൻ കഴിയും. അധിക അളവിൽ താപം ഉല്പാദിപ്പിക്കുന്ന പരീക്ഷണങ്ങളാണെങ്കിൽ, താപത്തെ നീക്കംചെയ്യുക വളരെ എളുപ്പമാണ്. കാരണം, ബഹിരാകാശത്തിലെ ഊഷ്മാവ് കേവലം -270^{0}C യാണെന്നതുതന്നെ; താപത്തെ പുറത്തേക്കു പോകാൻ അനുവദിച്ചാൽ മാത്രം മതി. ഇടയ്ക്കൊന്നു പറയട്ടെ, ബഹിരാകാശത്തിന്റെ ഊഷ്മാവിൽനിന്ന് ഉദ്ദേശം 3^{0}C താഴേക്ക് പോയാൽ (-273^{0}C) ഈ പ്രപഞ്ചത്തിൽ സാധ്യമായ ഏറ്റവും താണ ഊഷ്മാവായ കേവലശൈത്യത്തിൽ (Absolute Zero) എത്തിച്ചേരും. ഈ ഊഷ്മാവിനെ 0 K (പൂജ്യം ഡിഗ്രി കെൽവിൻ) എന്നും പറയാറുണ്ട്. ഇതൊരിക്കലും നമുക്ക് കൈവരിക്കാൻ സാധ്യമല്ല എന്നത് മറ്റൊരുകാര്യം!

മിർ ബഹിരാകാശ പേടകം

ബഹിരാകാശ പദാർത്ഥ നിർമ്മാണത്തിൽ (space processing of materials) അനേകം സവിശേഷമായ പരീക്ഷണങ്ങൾ കഴിഞ്ഞ മൂന്നു ദശകങ്ങളായി ചെയ്തുവരുന്നു. സോയൂസ് (Soyuz), സല്യൂട്ട് (Salyut), മിർ (Mir) സ്കൈലാബ് (Skylab) എന്നീ മുൻകാല പേടകങ്ങൾ ഉപ

യോഗിച്ചാണ് പല പരീക്ഷണങ്ങളും നടത്തിയത്. അവയിലൂടെ ലഭിച്ച അനുഭവസമ്പത്തിന്റെ അടിസ്ഥാനത്തിലാണ് ഇന്നു ഭ്രമണപഥത്തിൽ വളരെ സജീവമായി പ്രവർത്തിച്ചുകൊണ്ടിരിക്കുന്ന അന്താരാഷ്ട്ര ബഹിരാകാശനിലയം (ISS) രൂപകൽപ്പന ചെയ്തിട്ടുള്ളത്. 1990-കളുടെ മദ്ധ്യത്തിലാരംഭിച്ച ഈ ഭീമാകാരനായ ബഹിരാകാശ പരീക്ഷണശാലയുടെ നിർമ്മാണം പല ഘട്ടങ്ങളിലൂടെ ഇന്നും പുരോഗമിച്ചുകൊണ്ടിരിക്കുന്നു. ഇപ്പോൾ അതിന്റെ ഭാരം 200-ടണ്ണോളം വരും. ഈ 'ഭാര'ത്തിന് ഭൂമിയിലിരിക്കുമ്പോൾ മാത്രമേ പ്രസക്തിയുള്ളൂവെന്നോർക്കുക. 2010-ഓടെ നിർമ്മാണം പൂർത്തിയാകുമ്പോൾ ISS-ന്റെ ഭാരം 470 ടണ്ണിനോടടുത്തായിരിക്കും. സൂര്യപ്രകാശം വൈദ്യുതിയാക്കി മാറ്റിയെടുക്കുന്ന സൗരോർജ്ജപാളികളുടെ വിസ്തീർണ്ണം 0.4 ഹെക്ടറോളം(1 ഏക്കർ) വരും. ഈ പടുകൂറ്റൻ പേടകത്തിനുള്ളിൽ അത്യാധുനികമായ ആറു പരീക്ഷണശാലകളാണുള്ളത്. 425 ഘനമീറ്റർ (cubic meter) വ്യാപ്തമുള്ള വാസയോഗ്യമായ സ്ഥലവും യാത്രികർക്ക് വേണ്ടി ഉണ്ടായിരിക്കും.

പ്ലവനം, സംവഹനം, അടിഞ്ഞുകൂടൽ എന്നിവയുടെ അഭാവത്തിൽ പദാർത്ഥശാസ്ത്രത്തിന്റെ അടിത്തട്ടുകൾവരെ ചെന്നെത്താൻ നമുക്ക് കഴിയുന്നു. ഒരു ദ്രവപദാർത്ഥത്തെ ചൂടാക്കുകയാണെന്നു കരുതുക. താപത്തിന്റെ സ്രോതസ്സിനോടടുത്ത ഭാഗമാണ് ആദ്യം ചൂടാകുക. ചൂടുകൂടിയ ദ്രാവകത്തിന്റെ സാന്ദ്രത കുറഞ്ഞിരിക്കുന്നതിനാൽ മുകളിലേക്ക് ഉയരുന്നു. മുകളിലുള്ള ചൂടുകുറഞ്ഞ, സാന്ദ്രത കൂടിയ ദ്രാവകം താഴേക്കു വരുന്നു. ഇതാണ് സംവഹനം. ഇതിന്റെ ഫലമായുണ്ടാകുന്ന ചംക്രമണ പ്രവാഹത്താൽ (circulatory current) അല്പസമയത്തിനുള്ളിൽ മൊത്തം ദ്രാവകവും ഒരേ ഊഷ്മാവിലെത്തിച്ചേരുന്നു. ഭൂമിയിൽ നമുക്കിതു വളരെ സ്വീകാര്യമായ ഒരു പ്രക്രിയയാണ്. ഭൂഗുരുത്വഫലമായാണ് ഇതു സംഭവിക്കുന്നതെന്നു നമുക്കറിയാം. എന്നാൽ ഒരു സംയുക്തദ്രാവകത്തിലെ (mixture) ഘടകങ്ങളെ വേർതിരിക്കകയാണ് നമ്മുടെ ആവശ്യമെന്നു വരുകിൽ, സംവഹനം നമുക്ക് ശത്രുവായി മാറുന്നു എന്നു കാണാൻ വിഷമമില്ല. എന്നാൽ ബഹിരാകാശ പേടകത്തിലെ മൈക്രോ 'g' സാഹചര്യം സൃഷ്ടിക്കുന്ന സംവഹനരാഹിത്യം നമ്മെ തുണയ്ക്കുന്നു. പരൽ വളർത്തലും (crystal growth) ഉരുകിയ പദാർത്ഥങ്ങളുടെ ഖരീഭവിക്കലും (solidification) ഭാരരഹിതാവസ്ഥയിൽ മെച്ചമായി നടക്കുന്നു. ഗുരുത്വാകർഷണബലത്തിന്റെ സാന്നിധ്യത്തിൽ വിവിധ സാന്ദ്രതയുള്ള പദാർത്ഥങ്ങളുടെ ഏകീകൃത മിശ്രണം (homogenous) നടക്കുകയില്ല. എന്നാൽ ഭാരരഹിതാവസ്ഥയിലാണെങ്കിൽ ഏകസ്വഭാവമുള്ള മിശ്രിതങ്ങളും ലോഹസങ്കരങ്ങളും ഉൽപ്പാദിപ്പിക്കാൻ വിഷമമില്ല. ഉത്തമചാലകങ്ങൾ (super conductor), സ്ഥിരകാന്തിക പദാർത്ഥങ്ങൾ (permanent magnet), അതിവേഗത്തിൽ കറങ്ങുന്ന ടർബൈൻ ചിറകുകൾ (turbine blade), ഗുണനിലവാരം കൂടിയ കാചങ്ങൾ (lens), മറ്റു പ്രകാശസുതാര്യപദാർത്ഥങ്ങൾ എന്നിങ്ങനെ അനവധിയാണ് ബഹിരാകാശത്ത്

നിർമ്മിക്കാവുന്ന വസ്തുക്കൾ.

ബഹിരാകാശത്തെ ഭാരരഹിതാവസ്ഥയുടെ സവിശേഷമായ മറ്റൊരു വാഗ്ദാനമാണ് പാത്രരഹിത (containerless) പദാർത്ഥ നിർമ്മാണം. ഏതു പദാർത്ഥവും നിർമ്മിക്കുമ്പോൾ ഒരു പാത്രത്തിന്റെ ആവശ്യമുണ്ടെന്നാണല്ലോ നമ്മുടെ അനുഭവം. പാത്രവുമായുള്ള സ്പർശനത്താൽ തന്നെ പദാർത്ഥത്തിന് ഒരു നേരിയ അളവിലെങ്കിലും മലിനീകരണം (contamination) നടക്കുന്നു. ഇതു തടയുക സാധാരണഗതിയിൽ അസാധ്യമാണ്. ഗുരുത്വാകർഷണബലത്തിന്റെ സ്വാധീനമില്ലാത്ത ബഹിരാകാശത്ത് ഒരു പാത്രത്തിന്റെ സഹായമില്ലാതെതന്നെ അതിശുദ്ധമായ (ultra pure) പദാർത്ഥങ്ങൾ നിർമ്മിക്കാൻ കഴിയുന്നു. കൂടാതെ ഭൂമിയിൽ വച്ച്, ഒരു പരിധിക്കപ്പുറം വലിപ്പമുള്ള പരിപൂർണ്ണ ഗോളാകൃതിയുള്ള (perfect sphere) വസ്തുക്കൾ നിർമ്മിക്കാൻ സാധ്യമല്ല. വലിപ്പം വർദ്ധിക്കുമ്പോൾ, ഗോളാകൃതിയിൽ തുടങ്ങുന്ന വസ്തുവിന് കണ്ണുനീർത്തുള്ളിയുടെ (tear drop) ആകൃതിയാണ് ഭൂമിയിൽ കൈവരിക എന്നത് നമുക്ക് എളുപ്പത്തിൽ പ്രായോഗികമായി തെളിയിക്കാൻ കഴിയുന്ന ഒരു വസ്തുതയാണ്. കുമിളകൾ, നേർത്ത സ്തരങ്ങൾ (thin film), ദ്രാവക-വാതകങ്ങളുടെ പ്രവാഹം (fluid flow) എന്നിവയിൽ അടിസ്ഥാന ഗവേഷണം ഭാരരഹിതാവസ്ഥയിൽ സാധ്യമാണ്.

പദാർത്ഥ നിർമ്മിതിയിൽ പ്രത്യേക ശ്രദ്ധയർഹിക്കുന്നവയാണ് ജൈവ (biological) പദാർത്ഥങ്ങൾ. അതിശുദ്ധമായ പ്രോട്ടീനുകൾ നേരത്തേപറഞ്ഞ കാരണങ്ങളാൽ ബഹിരാകാശത്തുവച്ച് നിർമ്മിക്കാൻ സാധിക്കുന്നു. ഏതു ജൈവപ്രക്രിയയുടെയും (biological process) ഫലമായുണ്ടാകുന്ന പ്രോട്ടീനുകൾ, കൊഴുപ്പുകൾ, കൊഴുപ്പുള്ള അമ്ലങ്ങൾ (fatty acids), അന്നജം (carbohydrate) എന്നീ വിവിധ ഘടകങ്ങളെ മിശ്രിതത്തിനുള്ളിൽനിന്ന് വേർതിരിച്ചെടുക്കേണ്ടതായുണ്ട്. സാധാരണയായി, ഇലക്ട്രോഫോറെസിസ് (electrophoresis) എന്നറിയപ്പെടുന്ന സാങ്കേതിക വിദ്യയാണ് ഈയാവശ്യത്തിന് ഉപയോഗിക്കുന്നത്. ഭൂമിയിൽ വച്ചാകുമ്പോൾ, ഈ മാർഗ്ഗത്തിലൂടെ വേർതിരിച്ചുകിട്ടുന്ന ഘടകപദാർത്ഥങ്ങളുടെ പരിശുദ്ധിക്ക് പരിമിതികളുണ്ട്. എന്നാൽ ഭാരരഹിതാവസ്ഥയിൽ, സംവഹനവും അടിഞ്ഞുകൂടലും സംഭവിക്കാത്തതിനാൽ വളരെ വർദ്ധിച്ച പരിശുദ്ധിയുള്ള ഘടകപദാർത്ഥങ്ങളാണ് നമുക്കു കിട്ടുക.

പരൽ വളർത്തൽ, ജൈവപദാർത്ഥങ്ങളുടെ വേർപെടുത്തൽ എന്നിവയിലാണ് മുൻകാല പരീക്ഷണങ്ങളിൽ നിന്നുരുത്തിരിഞ്ഞുവന്ന മുഖ്യ ഫലങ്ങൾ കാണാനിടയായിട്ടുള്ളത്. അതിസൂക്ഷ്മ ഛായാഗ്രഹണവിദ്യയിൽ (microphotography) കൃത്യത നിർണ്ണയിക്കലിന് (calibration) ഉപയോഗിക്കാവുന്ന ലാറ്റക്സ് (latex) ചെറുഗോളങ്ങൾ-ഒരു മീറ്ററിന്റെ ആയിരത്തിലൊരംശം മാത്രം വ്യാസമുള്ളവ - ബഹിരാകാശത്തുവച്ച് വികസിപ്പിച്ചെടുത്തിട്ടുണ്ട്.

ISS-ൽ നടത്തിയിട്ടുള്ള അനവധി പരീക്ഷണങ്ങളിൽ പ്രധാനം

വൈദ്യശാസ്ത്രം (medical science), ജീവശാസ്ത്രം (biology), പദാർത്ഥ ശാസ്ത്രം (material science) എന്നിവയെ സംബന്ധിക്കുന്നവയാണ്. പ്രോട്ടീൻ പരൽ പഠനത്തിന്റെ ഫലമായി ജീവന്റെ അടിസ്ഥാന ഘടകങ്ങൾ, അർബ്ബുദം, പ്രമേഹം എന്നീ രോഗങ്ങൾ, ശരീരത്തിന്റെ പ്രതിരോധശക്തിനഷ്ടം എന്നിവയെക്കുറിച്ച് വിലയേറിയ വിവരങ്ങൾ നമുക്ക് ലഭിച്ചിട്ടുണ്ട്. കൂടാതെ ടിഷ്യൂകൾച്ചർ (tissue culture) എന്ന മാർഗ്ഗത്തിലൂടെ പുതിയ ഔഷധങ്ങളുടെ ഫലപ്രാപ്യത (efficacy) നിർണ്ണയിക്കാനും കഴിഞ്ഞിട്ടുണ്ട്.

ചുരുക്കത്തിൽ, ബഹിരാകാശത്തുള്ള ഭാരരഹിതാവസ്ഥയിൽ വച്ചു മാത്രം നടത്താവുന്ന വിവിധ പരീക്ഷണങ്ങൾ നടത്തിക്കഴിഞ്ഞു. ഫലം വളരെ പ്രോത്സാഹജനകവുമാണ്. തെളിയിക്കപ്പെട്ടുകഴിഞ്ഞ ഇത്തരം പല പ്രക്രിയകളുടെയും തോത് വർദ്ധിപ്പിക്കലാണ് (scale-up) പ്രധാനമായും ബാക്കിനിൽക്കുന്നത്. അതിനുശേഷമായിരിക്കും, നമ്മുടെ അതിനൂതനമായ പരീക്ഷണശാലകളും വൻ നിർമ്മാണശാലകളും ഭ്രമണപഥത്തിൽ സ്ഥാനംപിടിക്കുക.

8

മനുഷ്യൻ ചന്ദ്രനിലേക്ക്

ആയിരത്തി തൊള്ളായിരത്തി ഇരുപത്തിആറിൽ ഒരു പ്രമുഖ ബ്രിട്ടീഷ് ശാസ്ത്രജ്ഞൻ പറഞ്ഞ വാക്കുകൾ ഓർക്കുന്നത് രസകരമായിരിക്കും. "ചന്ദ്രനിലേക്കുള്ള യാത്രയെക്കുറിച്ച് പല ലേഖനങ്ങളും ഈയിടെയായി നാം കാണാറുണ്ടല്ലോ? ശുദ്ധ വിഡ്ഢിത്തമാണ് ഈ ആശയം. ഭൂമിയുടെ ഗുരുത്വാകർഷണബലത്തെ ഭേദിച്ച് പുറത്തുകടക്കണമെങ്കിൽ ഒരു വസ്തുവിന് സെക്കന്റിൽ 11.2 കിലോമീറ്റർ എന്ന തോതിൽ വേഗമുണ്ടാവണം. ഈ വേഗത്തിന് തത്തുല്യമായ ഊർജ്ജം അതിഭീമമാണ്. അതിനാൽ എന്റെ അഭിപ്രായത്തിൽ ചാന്ദ്രയാത്ര അസാധ്യമാണ്." എങ്ങനെയുണ്ട് ഈ പ്രവചനം? 1960-കളുടെ തുടക്കത്തിൽത്തന്നെ പേടകങ്ങൾ ചന്ദ്രനെ ലക്ഷ്യമാക്കി ഭൂമിയിൽനിന്നു

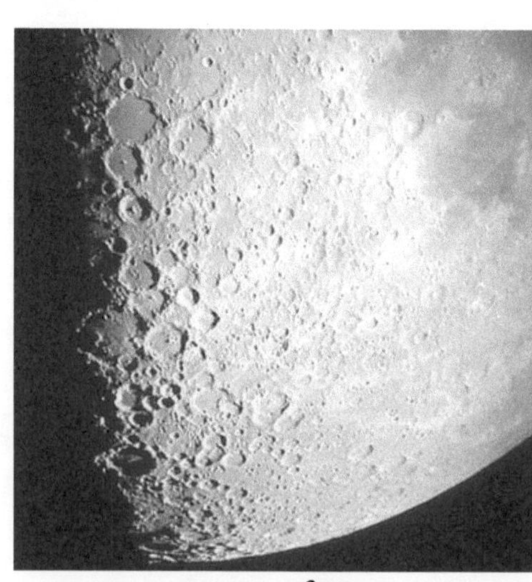

ചന്ദ്രോപരിതലം

യർന്നു. 1969–ൽ മനുഷ്യനുതന്നെ ചന്ദ്രനിൽ കാലുകുത്താനായി.

മറ്റേതു തുറയിലുമെന്നപോലെ, ബഹിരാകാശമേഖലയിലും സോവിയറ്റ് യൂണിയനും അമേരിക്കയും തമ്മിൽ കടുത്ത മത്സരം നിലവിലിരുന്നു. ശീതസമരത്തിന്റെ കാലമായിരുന്നല്ലോ അത്. 1957 ഒക്ടോബർ 4–ാംതീയതി സോവിയറ്റ് യൂണിയൻ ഒരുപഗ്രഹം വിക്ഷേപിച്ച വാർത്ത ലോകം അത്ഭുതത്തോടെ സ്വീകരിച്ചു. എന്നാൽ ഈ സംഭവം അമേരിക്കയെ നിരാശപ്പെടുത്തുകയും ചെയ്തു. 1961–ഏപ്രിൽ 12–ാംതീയതി സോവിയറ്റ് പൗരനായ യൂറി ഗഗാറിൻ മാനവചരിത്രത്തിലാദ്യമായി ബഹിരാകാശസഞ്ചാരം നടത്തി. 108 മിനിറ്റ് മാത്രം നീണ്ടുനിന്ന ഈ സംരംഭത്തിലൂടെ യൂറി ഗഗാറിൻ ഒരു ലോകപൗരന്റെ പദവിയിലേക്കുയർന്നു. അങ്ങനെ രണ്ടാം വട്ടവും ഒന്നാംസ്ഥാനം നഷ്ടപ്പെട്ട അമേരിക്കയിലെ ബഹിരാകാശ പ്രവർത്തനത്തിന് ഒരു പുതുജീവൻ കൈവരിച്ചു.

അമേരിക്കൻ കോൺഗ്രസിനുമുമ്പാകെ 1961 മെയ് 25–ാംതീയതി പ്രസിഡന്റ് ജോൺ എഫ് കെന്നഡി ചരിത്രപ്രസിദ്ധമായ ഒരു പ്രസംഗം നടത്തി.

> ബഹിരാകാശ മേഖലയിൽ നേതൃസ്ഥാനത്തെത്തുക എന്നതായിരിക്കും ഇനി നമ്മുടെ ഏറ്റവും വലിയ ദേശീയലക്ഷ്യം. ഈ ദശകം തീരുന്നതിനുമുമ്പുതന്നെ ഒരു അമേരിക്കക്കാരൻ ചന്ദ്രനിൽ കാൽകുത്തുകയും സുരക്ഷിതനായി ഭൂമിയിൽ മടങ്ങിയെത്തുകയും വേണം. ഇതിൽപ്പരം മഹത്തായ മറ്റൊരു ബഹിരാകാശ സംരംഭവും ഇല്ലതന്നെ.

പരാജയത്തിന്റെ ക്ഷീണത്തിലാണ്ടിരുന്ന അമേരിക്കൻശാസ്ത്രലോകത്തിന് ഒരു വൈദ്യുതാഘാത ചികിത്സയായിരുന്നു അവരുടെ നേതാവിന്റെ വാക്കുകൾ. എട്ടുകൊല്ലത്തിനുശേഷം നീൽ ആംസ്ട്രോങ്ങിന്റെ ശബ്ദം നാലുലക്ഷത്തോളം കിലോമീറ്റർ താണ്ടി ഭൂമിയിലെത്തിയപ്പോൾ പ്രസിഡന്റ് കെന്നഡി ജീവിച്ചിരിപ്പുണ്ടായിരുന്നില്ല എന്നത് ഒരു ദുഃഖസത്യമായി അവശേഷിക്കുന്നു. അൽപ്പകാലത്തേക്കു മാത്രമായിരുന്നെങ്കിൽപ്പോലും, അദ്ദേഹത്തിന്റെ ശക്തമായ പ്രചോദനം ഇല്ലായിരുന്നെങ്കിൽ ചന്ദ്രനിൽ ആദ്യം കാൽവയ്ക്കുന്നതും ഒരുപക്ഷേ റഷ്യക്കാർ തന്നെയായിരുന്നേനെ!

1969–ജൂലായ് 21–ാംതീയതി ചന്ദ്രനിൽ കാൽകുത്തുന്നതിനു തൊട്ടുമുമ്പായി നീൽ ആംസ്ട്രോങ് പറഞ്ഞ വാക്കുകൾ ചരിത്രത്തിന്റെ ഭാഗമായിക്കഴിഞ്ഞതിനാൽ ഇവിടെ ആവർത്തിക്കുന്നില്ല. ചന്ദ്രനിലെ ശാന്തസമുദ്രം (Sea of Tranquility) എന്നറിയപ്പെടുന്ന പ്രദേശത്ത്, പേടകം ഇരുന്നുകഴിഞ്ഞയുടൻതന്നെ ആംസ്ട്രോങ് ഭൂമിയിലെ നിയന്ത്രണകേന്ദ്രത്തിലേക്കയച്ച സന്ദേശത്തിന് താരതമ്യേന കുറഞ്ഞ പ്രചാരമേ കിട്ടിയുള്ളൂ. "ഈഗിൾ ഇറങ്ങിക്കഴിഞ്ഞു!" (The Eagle has landed). സഹയാത്രികനായ എഡ്വിൻ ആൽഡ്രിനോടൊപ്പം (Edwin Aldrin) അദ്ദേ

നീൽ ആംസ്ട്രോങ്ങ്, എഡ്വിൻ ആൽഡ്രിൻ, മൈക്കൽ കോളിൻസ്

ഹത്തെ ചന്ദ്രനിലെത്തിച്ച പേടകത്തിന്റെ പേരായിരുന്നു ഈഗിൾ. ചന്ദ്രനിൽനിന്നു പുറപ്പെട്ട ഒന്നാമത്തെ സന്ദേശം ഇതായിരുന്നുവെന്നതാണ് യാഥാർത്ഥ്യം. ഈഗിൾ വേർപെട്ടുവന്ന മാതൃപേടകത്തെ കമാൻഡ് മോഡ്യൂൾ (Command Module) എന്നാണറിയപ്പെട്ടിരുന്നത്. ചന്ദ്രനുചുറ്റും പ്രദക്ഷിണം ചെയ്തുകൊണ്ടിരുന്ന മാതൃപേടകത്തിന്റെ നിയന്ത്രണച്ചുമതലയായിരുന്നു മൈക്കൽ കോളിൻസിന്റേത് (Michael Collins). ചാന്ദ്രോപരിതലത്തിലെ പര്യവേക്ഷണം പൂർത്തിയാക്കിയതിനുശേഷം ആംസ്ട്രോങ്ങും ആൽഡ്രിനും ഈഗിളിൽക്കയറി ഉയർന്നു മാതൃപേടകവുമായി സന്ധിച്ചു. മൂവരും സുരക്ഷിതരായി ഭൂമിയിലെത്തിയതോടെ ഒരാഴ്ചയോളം നീണ്ടുനിന്ന അപ്പോളോ 11 എന്ന പ്രഥമചാന്ദ്രദൗത്യത്തിന് പരിസമാപ്തിയായി. ഇതിനുശേഷം വന്ന അപ്പോളോ-17വരെയുള്ള ദൗത്യങ്ങളുടെ ഫലമായി 1972 ആയപ്പോഴേക്കും 12 അമേരിക്കക്കാർ ചന്ദ്രനിലിറങ്ങിക്കഴിഞ്ഞിരുന്നു. 1972-നുശേഷം അപ്പോളോ ദൗത്യങ്ങൾ നിറുത്തിവയ്ക്കേണ്ടതായിവന്നു. ഇത്തരം സംരംഭങ്ങൾക്ക് വേണ്ടിവരുന്ന ഭീമമായ ചെലവുതന്നെയായിരുന്നു മുഖ്യകാരണം.

1969 ജൂലായ് 21 ചരിത്രത്തിലെ സുവർണ്ണദിനങ്ങളിലൊന്നാണ്. പ്രഥമ ഉപഗ്രഹം വിക്ഷേപിച്ചതും ബഹിരാകാശത്ത് ആദ്യമായി സഞ്ച

രിച്ചതും ചന്ദ്രനിൽ ഒന്നാമതായി ഇറങ്ങാൻ കഴിഞ്ഞതും സോവിയറ്റ് യൂണിയനോ അമേരിക്കയോ എന്നതല്ല ഏറ്റവും പ്രധാനം. ഇവയെല്ലാം തന്നെ മാനവരാശിയുടെ മുഖ്യനേട്ടങ്ങളിലുൾപ്പെടുന്നു.

ഇന്നു ശീതസമരം നിലവിലില്ല. മത്സരബുദ്ധിയുടെ അഭാവം വ്യക്തമായി നമുക്കിന്നു കാണാൻ കഴിയും. ആരോഗ്യകരമായ മത്സരം ഏതു തുറയിലായാലും മനുഷ്യനെ മുന്നോട്ടു തള്ളിവിടുന്ന ശക്തമായ പ്രേരകമാണെന്നു നാം ഒരുവട്ടംകൂടി മനസ്സിലാക്കുന്നുവെന്നു മാത്രം.

ബഹിരാകാശ പര്യവേക്ഷണങ്ങൾക്ക് ആവശ്യമായ വിഭവസമാഹരണം അമേരിക്കയെപ്പോലുള്ള ഒരു സമ്പന്നരാഷ്ട്രത്തിനെയും വലയ്ക്കുന്നുണ്ട്. അപ്പോളോ പദ്ധതിയുടെ മൊത്തംചെലവ് 2400കോടി അമേരിക്കൻ ഡോളർ വരും. പണത്തിന്റെ മൂല്യശോഷണംമൂലം, ഇക്കാലത്ത് അതേ പരിപാടി ആവർത്തിക്കണമെങ്കിൽ, അന്നത്തേതിന്റെ അഞ്ചിരട്ടിയോളമെങ്കിലും ചെലവുവരും. അന്താരാഷ്ട്ര ബഹിരാകാശ നിലയം (ISS) സ്ഥാപിക്കാൻ തീരുമാനിച്ചപ്പോൾത്തന്നെ അമേരിക്ക മറ്റു സമ്പന്നരാഷ്ട്രങ്ങളുടെ സഹായം തേടിയിരുന്നു. അതിനാൽ ഒരു ബഹുരാഷ്ട്ര സംയുക്ത സംരംഭമായാണ് ആ ബൃഹദ്പദ്ധതി 1990-കളുടെ മധ്യത്തിൽ ജന്മംകൊണ്ടത്.

ചന്ദ്രനിലെ 'ശാന്തസമുദ്രം'

ബഹിരാകാശ സാങ്കേതികവിദ്യ വികസിപ്പിച്ചെടുക്കുന്ന ശ്രമത്തിൽ, പ്രത്യേകിച്ച് ബഹിരാകാശത്തിലെ മനുഷ്യസഞ്ചാരസംബന്ധിയായ നിരവധി പാർശ്വോൽപ്പന്നങ്ങൾ (byproducts) സൃഷ്ടിക്കപ്പെട്ടിട്ടുണ്ട്. ഇവയെ സ്പിൻ ഓഫുകളെന്നാണ് (spin-off) വിളിക്കുക. അടിസ്ഥാനപരമായി ബഹിരാകാശാവശ്യങ്ങൾക്കായി വികസിപ്പിച്ചെടുത്തവയാണ് ഇവയൊക്കെ. എന്നാൽ നമ്മുടെ ദൈനംദിനജീവിതത്തിലും വൈദ്യശാസ്ത്രത്തിലും മറ്റും പരക്കെ ഇവ ഉപയോഗം കണ്ടെത്തിക്കഴിഞ്ഞു. സ്പിൻ ഓഫുകളുടെ അല്പം ഉദാഹരണങ്ങൾ മാത്രം നമുക്കു കാണാം. തീപിടിക്കാത്ത (fire resistant) തുണികൾ, വസ്ത്രങ്ങൾ, ഉയർന്ന ഊഷ്മാവു താങ്ങാൻ കഴിവുള്ള പ്രതിരോധ പദാർത്ഥങ്ങൾ, ആവശ്യാനുസരണം മാറുന്ന ഗുണങ്ങളുള്ള പെയിന്റുകൾ, വെള്ളം നനഞ്ഞാൽ കേടുവരാത്ത ബ്ലാങ്കറ്റുകൾ, അപൂർവ്വ സവിശേഷതകളുള്ള ലോഹസങ്കരങ്ങൾ (alloys), നൂതനമായ സുതാര്യപദാർത്ഥങ്ങൾ (optical materials) തുടങ്ങി എണ്ണി

യാലൊടുങ്ങാത്ത വസ്തുക്കൾ ഇക്കൂട്ടത്തിൽ നമുക്കു കാണാം. മനുഷ്യന്റെ ബഹിരാകാശ സഞ്ചാരത്തിൽനിന്നും ഏറ്റവുംകൂടുതൽ ഗുണഫലങ്ങൾ കൈവരിച്ച ഒരു മേഖലയാണ് വൈദ്യശാസ്ത്രം. ബഹിരാകാശ സഞ്ചാരത്തിനിടയിൽ യാത്രികർക്കുണ്ടാവുന്ന അസ്വാസ്ഥ്യങ്ങൾക്ക് പ്രതിവിധിയായി വികസിപ്പിച്ചെടുത്ത എത്രയോ ഔഷധങ്ങളും ചികിത്സാവിധികളും ഇന്നു ലഭ്യമാണ്. വളരെ സൂക്ഷ്മമായ ഡ്രില്ലിംഗ് മെഷീൻ (miniature drilling machine), ശസ്ത്രക്രിയക്കുപയോഗിക്കുന്ന പുതിയ ഉപകരണങ്ങൾ, ശരീരത്തിനുള്ളിൽ നിക്ഷേപിക്കാവുന്ന (implant) നവീനോപാധികൾ അങ്ങനെ നീണ്ടുപോകുന്നു ഉദാഹരണങ്ങൾ.

നാൽപ്പതോളം വർഷംമുമ്പ് നടന്ന അപ്പോളോ ദൗത്യങ്ങളെക്കുറിച്ചുള്ള ചിന്തതന്നെ നമ്മെ ഇന്നും ആവേശഭരിതരാക്കുന്നുണ്ട്. എന്നാൽ എന്തിനും രണ്ടുവശമുണ്ടല്ലോ! അമേരിക്കക്കാർ ഒരിക്കലും ചന്ദ്രനിൽ ഇറങ്ങിയില്ലെന്നും അതെക്കുറിച്ച് നമ്മുടെ മുന്നിലെത്തിയിട്ടുള്ള എല്ലാ ചിത്രങ്ങളും ചലച്ചിത്രങ്ങളും ഒക്കെത്തന്നെ അമേരിക്കയിലെ നെവാഡയിലെ (Nevada) ഒരു സ്ഥലത്ത് കൃത്രിമമായി സൃഷ്ടിച്ച വ്യാജവസ്തുക്കളാണെന്നും വാദിച്ചുകൊണ്ട് രണ്ടുപുസ്തകങ്ങളെങ്കിലും അമേരിക്കയിൽ പ്രസിദ്ധീകരിച്ചത് വളരെ വർഷങ്ങൾക്കു മുമ്പാണ്. പക്ഷേ ഈ വാദങ്ങൾക്ക് വിശ്വാസ്യത നേടാൻ കഴിഞ്ഞില്ല എന്നതാണ് വാസ്തവം.

9

ചൊവ്വ - അടുത്ത ലക്ഷ്യം

ശോണഗ്രഹം (Red Planet) അഥവാ ചൊവ്വ മനുഷ്യഭാവനയെ എക്കാലവും ആകർഷിച്ചിരുന്ന ഒരു ആകാശഗോളമാണ്. ഇതിന്റെ മുഖമുദ്രയായ ചെന്നിറം കൊടുക്കുന്നത് അവിടെയുള്ള ഇരുമ്പിന്റെ ഓക്സൈഡ് (iron oxide) ആണെന്ന് നമുക്കറിയാം. ഇതിന്റെ നിറം ജനിപ്പിക്കുന്ന ഭീതികൊണ്ടാകാം പ്രാചീന റോമാക്കാർ ചൊവ്വയെ യുദ്ധദേവതയായി സങ്കൽപ്പിക്കാനിടയായത്. മാഴ്സ് (Mars) എന്ന് അവർ ആ ഗ്രഹത്തിനു പേരിടാനും കാരണം മറ്റൊന്നല്ല.

ചൊവ്വയുടെ ഉപരിതലത്തിൽ തോടുകളെന്നു തോന്നാവുന്ന വരകൾ ഗിയോവാനി ഷിയാ പരേലി (Giovani Shea Parelli) എന്ന ഇറ്റലിയിലെ ജ്യോതിഃശാസ്ത്രജ്ഞനാണ് 1877-ൽ ആദ്യമായി കണ്ടെത്തിയത്. ഇതിനെത്തുടർന്ന് വിചിത്രമായ പല സങ്കൽപ്പകഥകളും ജനിക്കാനിട

ചൊവ്വയുടെ ഉപരിതലം - പാത്ത്ഫൈൻഡറിൽനിന്നുള്ള ദൃശ്യം

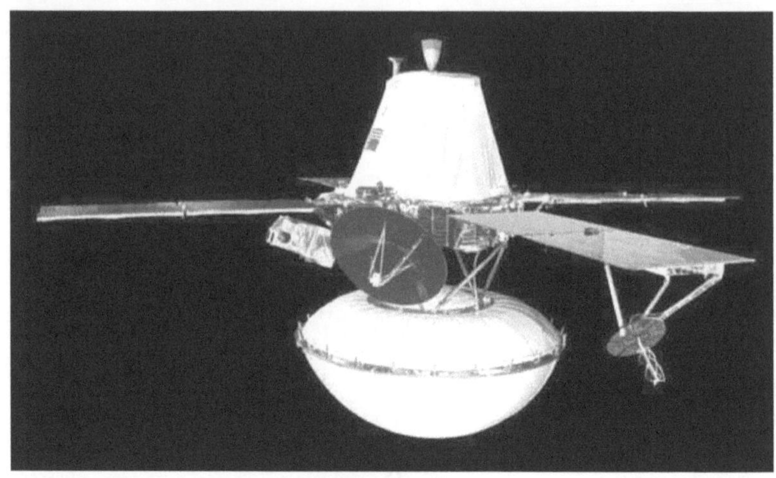

വൈക്കിംഗ് - 1

യായി. ചൊവ്വയിലെ 'മനുഷ്യർ' നിർമ്മിച്ചവയാണ് ഈ തോടുകളെന്നായിരുന്നു ഒരു അഭിപ്രായം. കൂടാതെ ഈ 'ചൊവ്വാ മനുഷ്യർ' ഭൂമിയെ ആക്രമിക്കാൻ തയ്യാറെടുത്തുകൊണ്ടിരിക്കുകയായിരുന്നെന്ന് മറ്റൊരു കൂട്ടർ.

ലോകങ്ങൾ തമ്മിലുള്ള യുദ്ധം (*War of the Worlds*) എന്ന H G Wells-ന്റെ ഗ്രന്ഥത്തിലെ പ്രമേയം ചൊവ്വാനിവാസികൾ ഭൂമിയെ ആക്രമിക്കുന്നതായിരുന്നു. 1895-ലാണ് ഈ ഗ്രന്ഥം പ്രസിദ്ധീകരിച്ചത്. ഇതിലെ കഥയെ ആസ്പദമാക്കി ഒരു റേഡിയോ നാടകം 1938 ഒക്ടോബർ 30ന് അമേരിക്കയിൽ പ്രക്ഷേപണം ചെയ്തു. മനുഷ്യവർഗ്ഗത്തെ ഉന്മൂലനാശം ചെയ്യാനായി ചൊവ്വ നിവാസികൾ മാരകായുധങ്ങളുമായി ഭൂമിയിൽ ഇറങ്ങിയെന്ന ആശയം അനുയോജ്യമായ ശബ്ദസംവിധാനങ്ങളോടെ അവതരിപ്പിക്കുകയായിരുന്നു ഈ റേഡിയോനാടകം. ജനം പരഭ്രാന്തരായി സുരക്ഷിതത്വംതേടി പലയിടങ്ങളിലും പോയൊളിച്ചുവെന്നാണ് കേൾവി.

അമേരിക്കയുടെ വൈക്കിംഗ്-1 (Viking-1) എന്ന ബഹിരാകാശപേടകം ചൊവ്വയുടെ ഉപരിതലത്തിലിറങ്ങിയത് 1976 ജൂലായ് 21നായിരുന്നു. ഈ സംഭവത്തിന് കൃത്യം ഏഴുവർഷം മുമ്പാണ് മനുഷ്യൻ ചന്ദ്രനിലിറങ്ങുന്നത്. താമസിയാതെ 1976 സെപ്റ്റംബർ 3-ാംതീയതിയോടെ വൈക്കിംഗ്-2 എന്ന പേടകവും ചൊവ്വയിലിറങ്ങുകയുണ്ടായി. ചൊവ്വയിലെ 7500 കിലോമീറ്റർ അകലത്തിലുള്ള രണ്ടു വെവ്വേറെ സ്ഥലങ്ങളിലാണ് ഇവ രണ്ടും ചെന്നിറങ്ങിയത്.

മറ്റു ഗ്രഹങ്ങളിലെ ജീവന്റെ സാധ്യതയെ നാം എക്കാലവും കൗതുകത്തോടെ വീക്ഷിച്ചിരുന്നല്ലോ. ചൊവ്വയിൽ ജീവന്റെ തെളിവുകളുണ്ടെ

ങ്കിൽ അവ ശേഖരിക്കുക എന്നതായിരുന്നു രണ്ട് വൈക്കിംഗ് പേടകങ്ങളുടെയും ദൗത്യം. അതിനായി ജീവന്റെ സാന്നിധ്യം കണ്ടെത്താനുള്ള പ്രത്യേകമായി രൂപകൽപ്പന ചെയ്തിട്ടുള്ള ഉപകരണങ്ങൾ ഊ പേടകങ്ങളിലുണ്ടായിരുന്നു. കൂടാതെ ചൊവ്വയിലെ മണ്ണ് പരിശോധിക്കാൻ കഴിവുള്ള മറ്റൊരു ഉപകരണവും വിവിധ ക്യാമറകളും വൈക്കിംഗ് പേടകങ്ങൾ വഹിച്ചിരുന്നു. വലിയ പ്രത്യാശയോടെയാണ് വൈക്കിംഗ് ദൗത്യം ഏറ്റെടുത്തതെങ്കിലും ഫലം നിരാശാജനകമായിരുന്നു. ജീവന്റെ ഒരു ലക്ഷണവും കണ്ടെത്താതെ പോയി. എന്നിരുന്നാലും വൈക്കിംഗിലെ ഉയർന്ന ഗുണനിലവാരമുള്ള ക്യാമറകൾ വ്യക്തമായ ചിത്രങ്ങളാണ് നമുക്കയച്ചുതന്നത്. ചൊവ്വയുടെ സമീപത്തുകൂടി സഞ്ചരിക്കവേ (fly by) മറ്റു ചിലപേടകങ്ങൾ എടുത്തയച്ചുതന്ന ചിത്രങ്ങൾ മാത്രമേ അന്നുവരെ നമ്മുടെ പക്കലുണ്ടായിരുന്നുള്ളൂ. ജീവൻ കണ്ടെത്തുന്നതിൽ പരാജയപ്പെട്ടുവെങ്കിലും, ചൊവ്വയെക്കുറിച്ച് വിലപ്പെട്ട വിവരങ്ങളാണ് വൈക്കിംഗ് പേടകങ്ങൾ സംഭാവന ചെയ്തത്. അവയിൽ ചിലത് ഇവയാണ്: ചൊവ്വയിലെ അന്തരീക്ഷത്തിലെ 95 ശതമാനം വരുന്ന വാതകഘടകം കാർബൺ ഡൈഓക്സൈഡ് ആണ്; ചൊവ്വയിലെ അന്തരീക്ഷമർദ്ദം ഭൂമിയിലുള്ളതിന്റെ ഒരു ശതമാനത്തോളം മാത്രമേ ഉള്ളൂ. കൂടാതെ വേനൽക്കാലത്തെ

ഇ എസ് എ കൺട്രോൾ റൂം (ഡാംസ്റ്റാറ്റ്)

പകലിൽപോലും അവിടുത്തെ ഊഷ്മാവ് -30°C കവിയാറില്ല. വൈക്കിംഗ് നിരീക്ഷണം നടത്തിയ സ്ഥലങ്ങളിൽ ജീവന്റെ ലക്ഷണം കണ്ടെത്താനായില്ലെങ്കിലും, ചൊവ്വയിലെ മറ്റിടങ്ങളിൽ ജീവൻ ഇല്ലേയില്ല എന്നു തറപ്പിച്ചുപറയാൻ ശാസ്ത്രജ്ഞർ തയ്യാറായില്ല. ഈ ഒരു സന്ദിഗ്ദ്ധാവസ്ഥ നിലനിൽക്കേയാണ് അന്റാർട്ടിക്കയിൽ ഒരു പാറക്കഷണം കാണാനിടയായത്. ചൊവ്വയിൽ നിന്നും 13000 വർഷത്തോളം മുമ്പ് ഭൂമിയിൽ പതിച്ച ഒരു ഉൽക്കയാണ് ഈ പാറ എന്നു കരുതുന്നു. ALH84001 എന്ന് പേരിട്ടിട്ടുള്ള ഈ ഉൽക്കയിൽ അതീവ ശ്രദ്ധയോടെ പരീക്ഷണങ്ങൾ നടത്തിയതിന്റെ ഫലമായി ഒരുകാലത്ത് ചൊവ്വയിൽ ഒരു പ്രത്യേകതരം ബാക്ടീരിയ ഉണ്ടായിരുന്നിരിക്കാൻ സാധ്യതയുണ്ടെന്ന വാദം ഉയർന്നുവന്നു. വൈക്കിംഗ് ദൗത്യത്തിനെത്തുടർന്ന് തണുത്തുറഞ്ഞിരുന്ന വിഷയമായിരുന്നു ചൊവ്വയിലെ ജീവന്റെ സാന്നിധ്യം എന്നത്. മേൽപ്പറഞ്ഞ ഉൽക്കയുടെ നിരീക്ഷണത്തോടെ ഇതിന് രണ്ടാംജന്മമാണ് കിട്ടിയത്.

ഈ വിശ്വാസത്തിന്റെ അടിസ്ഥാനത്തിലാണ് അമേരിക്കയുടെ പാത്ത് ഫൈൻഡർ (Pathfinder) ഭൂമി വിടുന്നത്. 1996 ഡിസംബർ 4-ാം തീയതി ആ പേടകം യാത്ര ആരംഭിച്ചു. ഏഴുമാസംകൊണ്ട് 49 1/2 കോടിയോളം കിലോമീറ്റർ സഞ്ചരിച്ചശേഷം 1997 ജൂലായ് 4-ാംതീയതിയാണ് ഈ പേടകം ചൊവ്വയിലിറങ്ങിയത്. വൈക്കിംഗ് ദൗത്യം കഴിഞ്ഞ് 21 വർഷത്തെ നീണ്ട ഇടവേളയ്ക്കുശേഷം ചൊവ്വ സന്ദർശിച്ച പാത്ത് ഫൈൻഡർ ഉയർന്ന സാങ്കേതികമികവ് പുലർത്തിയിരുന്നു. താരതമ്യേന കുറഞ്ഞ ചെലവിൽ നിർമ്മിച്ച പേടകം എന്ന വിശേഷണവും ഈ പേടകം അർഹിക്കുന്നുണ്ട്. വൈക്കിംഗ് പേടകങ്ങൾക്ക് വേണ്ടിവന്നതിന്റെ പത്തിലൊന്നിനും താഴെയിരുന്നു പാത്ത് ഫൈൻഡറിന്റെ നിർമ്മാണത്തിന് ചെലവഴിച്ചത് എന്നതും ഒരു പ്രത്യേക സവിശേഷതയായി ചൂണ്ടിക്കാണിക്കേണ്ടിയിരിക്കുന്നു.

വൈക്കിംഗ് പേടകങ്ങൾ ചൊവ്വയിൽ ഇടിച്ചിറങ്ങി നശിക്കാതിരിക്കാനായി അവയുടെ വീഴ്ചയുടെ വേഗം റിട്രോറോക്കറ്റുകളുപയോഗിച്ച് (Retrorocket) കുറയ്ക്കുകയായിരുന്നു ചെയ്തത്. ഒരു ഗ്രഹത്തിന്റെ ഉപരിതലത്തിൽ മൃദുവായി ഇറങ്ങാനായി (soft landing) റിട്രോറോക്കറ്റുകളുടെ പ്രയോഗം വളരെ സാധാരണമാണ്. എന്നാൽ ഈ സംവിധാനത്തിന് ചെലവും കൂടിയിരിക്കും. വളരെ നവീനവും എന്നാൽ ലളിതവുമായ മറ്റൊരു മാർഗമാണ് പാത്ത് ഫൈൻഡർ ഉപയോഗിച്ചത്. മണിക്കൂറിൽ 35 കിലോമീറ്റർ വേഗതയോടെ ചൊവ്വയിലേക്ക് പതിച്ച പേടകത്തിന് അനുഭവപ്പെട്ടേക്കാവുന്ന ആഘാതം കുറയ്ക്കുവാനുപയോഗിച്ചത് അധിക മർദ്ദത്തിൽ വായുനിറച്ച ബലൂൺ പോലുള്ള സഞ്ചികളായിരുന്നു. ഒരു റബ്ബർ പന്തെന്നപോലെ കുറച്ചുപ്രാവശ്യം ചൊവ്വയുടെ ഉപരിതലത്തിൽ വീഴുകയും

ഫീനിക്സ്

തെറിക്കുകയും ചെയ്തശേഷം പേടകം ചലനരഹിതമായി. സൗരോർജ്ജപാനലുകൾ തുറന്ന ശേഷം പേടകത്തിനുള്ളിലെ ഉപകരണങ്ങളെ പ്രവർത്തനക്ഷമമാക്കിയതോടെ പാത്ത് ഫൈൻഡറിന്റെ ദൗത്യം തുടങ്ങി. വളരെ അത്ഭുതകരമായ ഒരു സംഭവം നടക്കുന്നത് രണ്ടുദിവസത്തിനു ശേഷമാണ്. പാത്ത്ഫൈൻഡറിന്റെ ഉള്ളിൽ നിന്ന് ആറുചക്രങ്ങളുള്ള ഒരു ചെറിയ റോബോട്ട് വാഹനം പുറത്തിറങ്ങി. സൊജേർണർ (Sojourner) എന്നു പേരുള്ള ഈ വാഹനത്തിന് ഒരു മൈക്രോവേവ് അടുപ്പിനോളം മാത്രമേ വലുപ്പമുണ്ടായിരുന്നുള്ളൂ. അന്യഗ്രഹത്തിൽ സഞ്ചരിക്കുന്ന മനുഷ്യനിർമ്മിതമായ പ്രഥമ വാഹനമാണ് സൊജേർണർ. ചന്ദ്രനിലേക്ക് ചലനശേഷിയുള്ള വാഹനങ്ങൾ നാം അയച്ചിട്ടുണ്ടെങ്കിലും ചന്ദ്രൻ ഒരു ഗ്രഹമല്ലല്ലോ; ഉപഗ്രഹം മാത്രമാണല്ലോ. അതുകൊണ്ടാണ് അന്യഗ്രഹത്തിൽ സഞ്ചരിച്ച 'പ്രഥമവാഹനം' എന്ന വിശേഷണം സൊജേർണറിന് അർഹമാകുന്നത്. ഇത്തരം വാഹനങ്ങളെ റോവറുകളെന്നാണ് (Rover) സാധാരണയായി വിളിക്കുന്നത്.

സ്പിരിറ്റ്, ഓപ്പർറ്റ്യൂണിറ്റി (Spirit, Opportunity) എന്നറിയപ്പെടുന്ന ഇരട്ടറോവറുകൾ (twin rovers) അമേരിക്ക ചൊവ്വയിൽ ഇറക്കിയത് 2004 ജനുവരിയിലാണ്. കൂടാതെ 2008 മേയ് മാസം ചൊവ്വയിലിറങ്ങത്തക്കവണ്ണം ഫീനിക്സ് (Phoenix) എന്ന പേടകം ഭൂമിയിൽനിന്ന് യാത്രതിരിച്ചത് 2007 ആഗസ്റ്റ് 4-നാണ്*. ഇതിനിടയിൽ, യൂറോപ്യൻ ബഹിരാകാശ സംഘടനയുടെ (ESA) വകയായ മാർസ് എക്സ്പ്രസ് (Mars Express) എന്ന പേടകം 2003 ഡിസംബറിൽ ചൊവ്വയെ ചുറ്റുന്ന ഒരു ഭ്രമണപഥത്തിൽ പ്രവേശിച്ചിരുന്നു. ഇതിൽനിന്ന് താഴേക്ക് വിട്ട ബീഗിൾ-2 (Beagle-2) എന്ന റോവർ ചൊവ്വയിലിറങ്ങിയെങ്കിലും അതിനെക്കുറിച്ച് പിന്നീട് വിവരങ്ങളൊന്നും കിട്ടാതായി.

എന്നാൽ വൈക്കിംഗിനും പാത്ത്ഫൈൻഡറിനും ഒക്കെ വളരെ മുമ്പ് 1960-കളിൽത്തന്നെ സോവിയറ്റ് യൂണിയനും അമേരിക്കയും ചൊവ്വയെ ലാക്കാക്കി പേടകങ്ങൾ വിക്ഷേപിച്ചിരുന്നു. വിവിധ കാരണ

* 2008 മേയ് 25-ന് ഫീനിക്സ് ചൊവ്വയിലിറങ്ങി

ങ്ങളാൽ ഇവയൊന്നും പ്രവർത്തനക്ഷമമമായില്ല. 1965 ജൂലായ് 11-ാം തീയതി ചൊവ്വയിൽനിന്ന് 9850 കിലോമീറ്റർ അകലത്തിലൂടെ കടന്നു പോയ മാരിനർ-4 എന്ന അമേരിക്കൻ ബഹിരാകാശപേടകത്തിൽ നിന്നാണ് ചൊവ്വയുടെ ചിത്രങ്ങൾ നമുക്ക് ആദ്യമായി ലഭിച്ചത്. മാരിനർ ശ്രേണിയിലും സോവിയറ്റ് യൂണിയന്റെ മാഴ്സ് പരമ്പരയിലും ഉള്ള പേട കങ്ങൾ ലഭ്യമാക്കിയ വിവരങ്ങളുടെ അടിസ്ഥാനത്തിലാണ് യഥാർത്ഥ ത്തിൽ കൂടുതൽ പരിഷ്കൃതമായ വൈക്കിംഗ് പേടകങ്ങളുടെ രൂപ കൽപ്പന നടന്നത്.

ചൊവ്വയുടെ ഉപരിതലം, ആന്തരികഘടന, പാറകൾ, അഗ്നിപർവ്വ തങ്ങൾ എന്നിവയെക്കുറിച്ച് വ്യക്തമായ ധാരണ ഇന്നു നമുക്കുണ്ട് എന്നു വരികിലും രസകരമായ പല ചോദ്യങ്ങൾക്കും വിശദമായ ഉത്തരങ്ങൾ ഇനിയും കണ്ടെത്തേണ്ടിയിരിക്കുന്നു. അവയിൽ ചിലവ ഇനി പറയുന്നു: ചൊവ്വയുടെ ആദ്യകാല താപചരിത്രം എന്തായിരുന്നു? അഗ്നിപർവ്വതങ്ങ ളുടെ പ്രവർത്തനത്തിന്റെ അളവ് എപ്രകാരമായിരുന്നു? ഉയർന്ന വടക്കൻ പ്രദേശങ്ങളും താഴ്ന്ന തെക്കൻപ്രദേശങ്ങളും എങ്ങനെയുണ്ടായി? ഇവി ടുത്തെ മുൻകാലത്തെ കാലാവസ്ഥ ജീവന്റെ ആവിർഭാവത്തിന് അനു യോജ്യമായിരുന്നോ? ചൊവ്വയിൽ തോടുകളായിരുന്നു എന്നു തോന്നുന്ന സ്ഥലങ്ങളിൽ ഉണ്ടായിരുന്ന ജലത്തിനെന്തുസംഭവിച്ചു? അത് ബാഷ്പീ കരിച്ചു പുറത്തേക്കു പോയോ അതോ ഇപ്പോഴും ഗ്രഹത്തിന്റെ ഉള്ളിലും ധ്രുവപ്രദേശങ്ങളിലും ഉള്ള ഹിമത്തൊപ്പികൾക്കിടയിൽ (Polar Caps) ഒളിഞ്ഞു കിടപ്പുണ്ടോ?

ഉത്തരങ്ങൾ ഭാഗികമായി കിട്ടിക്കൊണ്ടിരിക്കുന്നതേയുള്ളൂ. നൂറു കോടിയോളം വർഷങ്ങൾക്കുമുമ്പ് ചൊവ്വയിൽ കനത്ത പ്രളയം ഉണ്ടായി എന്ന അനുമാനം തള്ളിക്കളയാവുന്നതല്ല. ചൊവ്വയിലെ പാറകളിൽ പ്രതീ ക്ഷിച്ചതിലും കൂടിയതോതിൽ സിലിക്കൺ ഉണ്ടാകുമെന്നാണ് തോന്നു ന്നത്. അവിടുത്തെ മണ്ണിലെ സോഡിയത്തിന്റെയും പൊട്ടാസ്യത്തിന്റെയും അളവ് അവിടെ ഒരുകാലത്തുണ്ടായിരുന്ന ജലത്തിന്റെ സാന്നിധ്യത്തെ സൂചിപ്പിക്കുന്നതാവാം. ചൊവ്വയുടെ ചെന്നിറത്തിന് കാരണമായ അയൺ ഓക്സൈഡ് (iron oxide) എങ്ങനെയുണ്ടായി എന്നും വ്യക്തമല്ല. നമുക്കു പരിചയമുള്ള ഇരുമ്പിന്റെ തുരുമ്പിക്കലിനോട് (rusting) സാമ്യമുള്ളതും ജലസാന്നിധ്യം ആവശ്യപ്പെടുന്നതുമായ ഏതെങ്കിലും പ്രക്രിയയി ലൂടെയാവണം അയൺ ഓക്സൈഡ് ഉണ്ടായതെന്നു കരുതാം.

ചൊവ്വയെക്കുറിച്ച് നമുക്കുള്ള ചോദ്യങ്ങൾക്കെല്ലാം തൃപ്തികരമായ ഉത്തരങ്ങൾ കിട്ടാൻ എത്രയോ വർഷം ഇനിയും കാത്തിരിക്കണം! ചൊവ്വ യിൽനിന്നു വേർപെട്ടു ഭൂമിയിൽ പതിച്ചു എന്നു വിശ്വസിക്കുന്ന ഉൽക്ക കൾ നമ്മുടെ പക്കലുണ്ട്. ഭാവിയിലെ പേടകങ്ങൾ ചൊവ്വയിൽനിന്ന് മട ക്കിക്കൊണ്ടുവരുന്ന പാറക്കഷണങ്ങളുമായി ഇവയുടെ താരതമ്യപഠനം

നടത്തിയെങ്കിൽ മാത്രമേ, നമുക്ക് വ്യക്തമായ അനുമാനങ്ങളിലെത്താൻ പറ്റൂ. ഇപ്പോൾ ചെയ്യുന്നതെല്ലാംതന്നെ ഒരു തുടക്കം മാത്രമേ ആകുന്നുള്ളൂ. ചൊവ്വയാണ് ഭൂമിയോട് ഏറ്റവും അടുത്ത ഗ്രഹം. അതുകൊണ്ടു തന്നെ അതിന്റെ പഠനമാവും കൂടുതലെളുപ്പം. നമ്മുടെ ഭൂപ്രകൃതിയോട് സാമ്യമുള്ളതാണ് ചൊവ്വയുടേതെന്നും ഓർക്കേണ്ടതായുണ്ട്.

ചൊവ്വയിലേക്കുള്ള മനുഷ്യസഞ്ചാരത്തിന് ഇനിയും വളരെക്കാലം കാത്തിരിക്കേണ്ടിവരും. 2030 കൾക്ക് മുമ്പ് അതു സാധ്യമാകുന്ന കാര്യം സംശയത്തിലാണ്. ചൊവ്വയെക്കുറിച്ചു പഠിക്കാൻ മതിയായ കാരണങ്ങൾ നിരവധിയുണ്ടെങ്കിലും, നമ്മെ ഏറ്റവുംകൂടുതൽ മഥിക്കുന്ന ചോദ്യം ഇതാണ്: "ഒരുകാലത്ത് പ്രളയബാധിതമായിരുന്നു എന്നു കരുതുന്ന ചൊവ്വാഗ്രഹം എങ്ങനെ ഉണങ്ങിവരണ്ട ഒരു ഊഷരഗ്രഹമായി മാറി? ചൊവ്വയോട് സാമ്യമുള്ള ഭൂമിക്കും അങ്ങനെയൊരു അവസ്ഥ വന്നുകൂടായ്ക ഉണ്ടോ?"

10

ഭാരതം ബഹിരാകാശത്തിൽ

ആയിരത്തി എണ്ണൂറ്റി ഇരുപത്തിമൂന്നിലാണ് ആദ്യമായി ഒരു അന്തരീക്ഷപഠനകേന്ദ്രം മുംബൈയിൽ സ്ഥാപിതമായത്. കാലാവസ്ഥാപഠനം ആയിരുന്നു ഈ സ്ഥാപനത്തിന്റെ ലക്ഷ്യം. അതിനും നൂറുവർഷങ്ങൾക്കു ശേഷമാണ് അന്തരീക്ഷത്തിന്റെ ഘടനയെക്കുറിച്ചും പ്രത്യേകിച്ചും അതിലെ വിദ്യുത്പ്രക്രിയകളെക്കുറിച്ചും (electrical processes) ഒരു ധാരണ നമുക്കുണ്ടായത്. അതോടെ അന്തരീക്ഷത്തിലെ വൈദ്യുതചാർജ്ജ് ഉള്ള അയണോസ്ഫിയറിനെക്കുറിച്ചുള്ള പഠനത്തിന് ലോകമെമ്പാടും ആക്കംകൂടി. റേഡിയോതരംഗപ്രസരണത്തിൽ അയണോസ്ഫിയറിന് വലിയ സ്വാധീനമാണുള്ളത്. ഏകദേശം 50 കിലോമീറ്റർ ഉയരം മുത

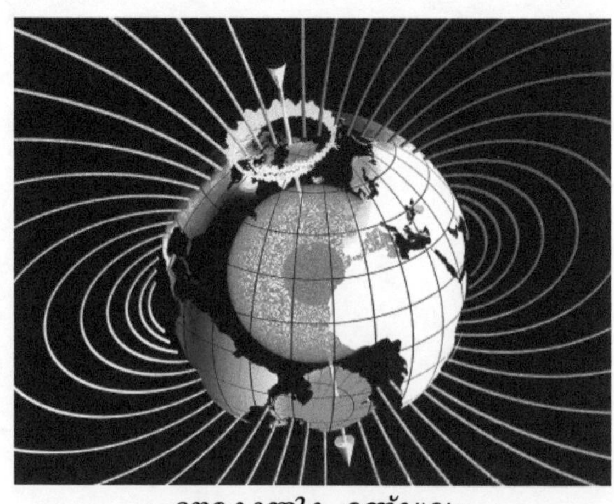

ഭൗമകാന്തിക മണ്ഡലം

ൽ 500 കിലോമീറ്റർ വരെയാണ് അയണോസ്ഫിയർ വ്യാപിച്ചു കിടക്കുന്നത്.

തുടക്കത്തിൽ അന്തരീക്ഷപഠനം നടത്തിയിരുന്നത് ബലൂണുകൾ വഹിക്കുന്ന ഉപകരണങ്ങളുടെ സഹായത്തോടെയായിരുന്നു. ബലൂണുകൾക്ക് എത്തിച്ചേരാൻ കഴിയുന്ന പരമാവധി ഉയരം 30 കിലോമീറ്ററാണ്. ഉപഗ്രഹവിക്ഷേപണം പ്രചാരത്തിൽ വന്നതോടെ, അന്തരീക്ഷത്തെ മുകളിൽനിന്നും വീക്ഷിക്കാമെന്നായി. എന്നാൽ ഏകദേശം 300 കിലോമീറ്ററിന് താഴെ ഉപഗ്രഹങ്ങൾക്ക് ആയുസ്സ് വളരെ കുറവാണ്. താരതമ്യേന സാന്ദ്രതയേറിയ അന്തരീക്ഷവുമായുള്ള ഉരസലാണ് ഇപ്പറഞ്ഞ ഹ്രസ്വായുസ്സിന് കാരണമെന്ന് നാം മുമ്പു കണ്ടിരുന്നതോർക്കുക: അപ്പോൾ, 30 കിലോമീറ്റർ മുതൽ 300 കിലോമീറ്റർ വരെയുള്ള അന്തരീക്ഷപഠനത്തിന് പ്രത്യേകിച്ചും തൽസ്ഥാന (on-the-spot) പഠനത്തിന് മറ്റുമാർഗ്ഗങ്ങളെക്കുറിച്ച് ചിന്തിക്കേണ്ടതായി വന്നു. ഇവിടെയാണ് താരതമ്യേന ചെറിയ സൗണ്ടിംഗ് റോക്കറ്റുകളുടെ പ്രസക്തി. ഇവയ്ക്ക് ഉപഗ്രഹവിക്ഷേപണ വാഹനങ്ങളുമായി ഉള്ള വ്യത്യാസം, ഇവയുടെ സഞ്ചാരം ഒരു കല്ല് മുകളിലേക്കെറിയുന്നതുപോലെയാണ് എന്നതാണ്. എത്ര ശക്തിയോടെ എറിഞ്ഞാലും കല്ല് ഒരു നിശ്ചിത ഉയരംവരെ പൊങ്ങി തിരിച്ച് ഭൂമിയിലേക്ക് തന്നെ പതിക്കുമല്ലോ. ഒന്നോ രണ്ടോ ഘട്ടങ്ങളാണ് ഒരു സൗണ്ടിംഗ് റോക്കറ്റിൽ സാധാരണയായി ഉണ്ടാവുക. വളരെച്ചുരുങ്ങിയ സമയത്തിനുള്ളിൽ, ഇന്ധനം ദഹിച്ചുതീരുന്നു. പിന്നീടുള്ള യാത്ര ഒരു കല്ലിന്റേതിൽനിന്നും വ്യത്യസ്തമല്ല. (ഉപഗ്രഹവിക്ഷേപണ വാഹനത്തിന് തുടർച്ചയായി അതിനുള്ളിലെ ഇന്ധനം ദഹിപ്പിച്ച് ഉപഗ്രഹത്തിനാവശ്യമായ ഭ്രമണപഥവേഗം കൈവരിക്കണം).

സൗണ്ടിംഗ് റോക്കറ്റിന്റെ മുകളറ്റത്ത് ഘടിപ്പിച്ചിട്ടുള്ള ഉപകരണങ്ങൾ, മുകളിലേക്കുള്ള സഞ്ചാരത്തിലും തിരിച്ചു വരുമ്പോഴും ചുറ്റുപാടുമുള്ള അന്തരീക്ഷത്തിൽ ആവശ്യമായ നിരീക്ഷണം നടത്തുന്നു. പലപ്പോഴും ഈ ഉപകരണങ്ങൾ റോക്കറ്റിൽനിന്നു വേർപെട്ടതിനുശേഷം ഭൂമിയിലേക്കു മടങ്ങിവരുന്നതു പാരച്യൂട്ടിന്റെ സഹായത്താലായിരിക്കും. അപ്പോൾ സഞ്ചാരവേഗം കുറഞ്ഞതായിരിക്കുന്നതിനാൽ ഉപകരണങ്ങൾക്ക് നിരീക്ഷണം നടത്താൻ കൂടുതൽ സമയം കിട്ടുന്നു. നിരീക്ഷണഫലങ്ങൾ റേഡിയോതരംഗങ്ങൾവഴി ഭൂമിയിലേക്കയക്കുകയാണ് പതിവ്. സൗണ്ടിംഗ്

നൈക്-അപാഷെ

വിക്രം സാരാഭായ് സ്പേസ് സെന്റർ-ഒരു ദൃശ്യം

റോക്കറ്റുകൾ അന്തരീക്ഷപഠനത്തിനായി ഉപയോഗിച്ചു തുടങ്ങുന്നത് 1950 -കളുടെ അവസാനത്തോടെയാണ്.

കാന്തിക മധ്യരേഖയ്ക്ക് (magnetic equator) 90-110 കിലോമീറ്റർ ഉയരത്തിൽ പകൽ സമയം ഒരു വൈദ്യുതിപ്രവാഹമുണ്ട്. ഇതിനെ ഇക്വറ്റോറിയൽ ഇലക്ട്രോ ജെറ്റ് (Equatorial Electrojet) എന്നു വിളിക്കുന്നു. ഈ പ്രതിഭാസം അന്തരീക്ഷ ശാസ്ത്രജ്ഞരിൽ വലിയ താല്പര്യം ജനിപ്പിച്ചിരുന്നു. ഈ പശ്ചാത്തലത്തിലാണ് കാന്തിക മധ്യരേഖയ്ക്കു സമീപം ഒരു സൗണ്ടിംഗ് റോക്കറ്റ് വിക്ഷേപണകേന്ദ്രം സ്ഥാപിക്കണമെന്ന ആശയം ഭാരതത്തിൽ പൊന്തിവരുന്നത്. ഭാരതത്തിന്റെ അപേക്ഷ ഐക്യരാഷ്ട്രസഭ അംഗീകരിച്ചതിനെത്തുടർന്ന്, 1961 നവംബർ 21ന് തിരുവനന്തപുരത്തിന് 10 കിലോമീറ്റർ വടക്കുമാറിയുള്ള തുമ്പ എന്ന മത്സ്യബന്ധനഗ്രാമത്തിൽനിന്ന് ഒരു റോക്കറ്റ് കുതിച്ചുയർന്നു. ബഹിരാകാശ ഭൂപടത്തിൽ ഭാരതത്തിന് പ്രവേശനം അങ്ങനെ സാധ്യമായി. ആദ്യമായി വിക്ഷേപിച്ച ദ്വിഘട്ട റോക്കറ്റ്, അമേരിക്കയിൽനിന്ന് ലഭിച്ച നൈക്-അപാഷെ (Nike-Apache) ആയിരുന്നു. താമസിയാതെ തുമ്പയിൽനിന്ന് ആഴ്ചതോറുമെന്നോണം നടന്നിരുന്ന റോക്കറ്റ് വിക്ഷേപണം ഒരു സാധാരണ സംഭവമായിത്തീർന്നു. തുമ്പ ഇക്വറ്റോറിയൽ റോക്കറ്റ് ലോഞ്ചിംഗ് സ്റ്റേഷൻ (Thumba Equatorial Rocket Launching Station) അഥവാ TERLS-നെ ഐക്യരാഷ്ട്രസഭയ്ക്ക് സമർപ്പിച്ചത് 1968-ലായിരുന്നു. അംഗരാഷ്ട്രങ്ങളിൽനിന്നുള്ള നിരവധി ശാസ്ത്രജ്ഞർ തുമ്പയിൽ പരീക്ഷണം നടത്തുന്നതു പതിവായിത്തീർന്നു.

ബഹിരാകാശ ശാസ്ത്രസാങ്കേതികവിദ്യയെ എപ്രകാരം രാഷ്ട്രനിർമ്മാണത്തിനുപയോഗിക്കാമെന്നതായിരുന്നു തുടക്കംമുതൽ തന്നെ

ഭാരതത്തിന്റെ താല്പര്യം. ഈ ഉദ്ദേശ്യത്തോടെയാണ് റോക്കറ്റുകളുടെയും ഉപഗ്രഹങ്ങളുടെയും വികസനപ്രവർത്തനങ്ങൾ ഭാരതം ഏറ്റെടുത്തത്. സൗണ്ടിംഗ് റോക്കറ്റിലായിരുന്നു ആദ്യമായി ശ്രദ്ധചെലുത്തിയത്. 1969-ൽത്തന്നെ 10 കിലോമീറ്ററോളം ഉയരം താണ്ടാൻ കഴിവുള്ളതും, ചെറുതെങ്കിലും പൂർണ്ണമായും സ്വന്തമെന്നവകാശപ്പെടാവുന്നതുമായ, ഒരു റോക്കറ്റ് നമുക്ക് നിർമ്മിക്കാനായി. പിന്നീട് കൂടുതൽ വലുപ്പമുള്ള സൗണ്ടിംഗ് റോക്കറ്റുകൾ വികസിപ്പിക്കുന്ന ശ്രമത്തിലേർപ്പെട്ടു. അതിന്റെ ഫലമായി ഇന്നു നമ്മുടെ പക്കൽ പലവിധ ശേഷിയുള്ള രോഹിണി സൗണ്ടിംഗ് റോക്കറ്റുകളുടെ ഒരു കുടുംബംതന്നെയുണ്ട്.

സ്വന്തമായി ഒരു ഉപഗ്രഹ വിക്ഷേപണവാഹനം നമുക്കും വേണം എന്ന ആഗ്രഹത്തിന്റെ പൂർത്തീകരണമായിരുന്നു 1980-ൽ നാം വിക്ഷേപിച്ച SLV-3. നാലു ഘട്ടങ്ങളുള്ള ഈ വാഹനത്തിന് 40 കിലോഗ്രാം ഭാരമുള്ള ഉപഗ്രഹം വിക്ഷേപിക്കാനുള്ള കഴിവു മാത്രമേ ഉണ്ടായിരുന്നുള്ളൂ. എന്നാൽ, സങ്കീർണ്ണമായ ഉപഗ്രഹ വിക്ഷേപണ വാഹനത്തിന്റെ രൂപകൽപ്പനയിലെ ബാലപാഠങ്ങൾ നാം പഠിച്ചത് SLV-3 യിൽനിന്നായിരുന്നു. ഉപഗ്രഹ വിക്ഷേപണശേഷിയുള്ള ലോകരാഷ്ട്രങ്ങളിൽ ആറാമത്തെ അംഗമായി ഭാരതത്തെ കൈപിടിച്ചുയർത്തിയത് SLV-3 ആയിരുന്നു. ഇന്നും ഒരു ഏഴാമൻ ഉണ്ടായിട്ടില്ല എന്നതു പ്രത്യേകം ശ്രദ്ധിക്കുക.

SLV-3യ്ക്കുശേഷം 100 കിലോഗ്രാം ഉപഗ്രഹ വിക്ഷേപണശേഷിയുള്ള ASLV എന്ന വാഹനം നാം വികസിപ്പിച്ചെടുത്തു. PSLV, GSLV എന്നീ പുതിയ വാഹനങ്ങളിൽ നാം ഇന്നുപയോഗിക്കുന്ന പല സാങ്കേതികവിദ്യകളും സ്വായത്തമാക്കിയത് ASLVയുടെ വികസനകാലത്താ

എ എസ് എൽ വി   പി എസ് എൽ വി   ജി എസ് എൽ വി

ഉപഗ്രഹവിക്ഷേപണവാഹനം (ESA)

യിരുന്നു എന്നതാണ് ASLV യുടെ മുഖ്യ സവിശേഷത. ബൾബിന്റെ ആകൃതിയുള്ള താപകവചം (bulbous heatshield), ബൂസ്റ്ററിന്റെ വശങ്ങളിൽ ഘടിപ്പിക്കുന്ന സഹായകറോക്കറ്റുകൾ (strap-on technology), വാഹനത്തിനുള്ളിലെ കമ്പ്യൂട്ടറും (onboard computer) ജൈറോസ്കോപ്പ് (gyroscope), ത്വരണമാപിനികൾ (accelerometer) എന്നീ ജഡതാധിഷ്ഠിത (inertial devices) ഉപകരണങ്ങളും ഉപയോഗിച്ചുള്ള ഗതിനിയന്ത്രണ (closed loop guidance) സംവിധാനങ്ങൾ എന്നീ കാതലായ പല സാങ്കേതികവിദ്യകളും ASLV യിലാണ് നാം പരീക്ഷിച്ചത്. SLV-3യും ASLVയും ഖരഇന്ധനമാണ് പ്രധാനമായും ഉപയോഗിച്ചിരുന്നത്. ഗതിനിയന്ത്രണത്തിനുപയോഗിക്കുന്ന ചെറിയ റോക്കറ്റുകളിൽ (control thruster) മാത്രം ദ്രവഇന്ധനം ഉപയോഗിച്ചിരുന്നു.

1000 കിലോഗ്രാം കവിയുന്ന ഭാരമുള്ള വിദൂര സംവേദനോപഗ്രഹങ്ങൾ സ്വയം വിക്ഷേപിക്കാനുള്ള കഴിവുനേടിയേ പറ്റൂ എന്ന തിരിച്ചറിവാണ് PSLVയിലേക്ക് നയിച്ചത്. ഇതിന് വലിപ്പമേറെയുള്ള ദ്രവഇന്ധന റോക്കറ്റുകൾ കൂടിയേ കഴിയൂ. PSLV-യുടെ ഒന്നാമത്തെയും മൂന്നാമത്തെയും ഘട്ടങ്ങളിൽ ഖരഇന്ധനമാണുപയോഗിക്കുന്നത്. എന്നാൽ രണ്ടും നാലും ഘട്ടങ്ങളിൽ ദ്രവഇന്ധനവും. PSLVയുടെ ആദ്യത്തെ വിക്ഷേപണം പരാജയപ്പെട്ടുവെങ്കിലും 1994-ലെ രണ്ടാമത്തെ വിക്ഷേപണശ്രമം പരിപൂർണ്ണ വിജയമായിരുന്നു. അതിനുശേഷം നടന്ന പത്തിലേറെ PSLV വിക്ഷേപണങ്ങളെല്ലാം വിജയമായിരുന്നുവെന്നത് നമുക്ക് അഭിമാനത്തിനു വകനൽകുന്നു. കാലാകാലങ്ങളിൽ PSLVയിൽ പലവിധ പരിഷ്കാരങ്ങൾ നടത്തിയതിന്റെ ഫലമായി ഇന്ന് അതിന്റെ വിക്ഷേപണശേഷി 1500 കിലോഗ്രാം കവിഞ്ഞിരിക്കുന്നു. 600-700 കിലോമീറ്റർ ഉയരത്തിലുള്ള സൂര്യസ്ഥിര (sunsynchronous) വിദൂരസംവേദനോപഗ്രഹങ്ങളുടെ വിക്ഷേപണത്തിനുവേണ്ടി പ്രത്യേകമായി രൂപകൽപ്പന ചെയ്യപ്പെട്ട PSLV ഇന്ന് മറ്റുരാജ്യങ്ങളിൽ താല്പര്യം ജനിപ്പിച്ചുകഴിഞ്ഞു. നമ്മുടെ

ബഹിരാകാശ ഗവേഷണം ഇന്ത്യയിൽ

ആദ്യകാല വിദൂരസംവേദനോപഗ്രഹങ്ങൾ വിക്ഷേപിച്ചിരുന്നത് സോവിയറ്റ് യൂണിയന്റെ വാഹനമുപയോഗിച്ചായിരുന്നു. എന്നാൽ 1994-ലെ PSLVയുടെ വിജയകരമായ ദൗത്യത്തിനുശേഷം, വിദൂര സംവേദനോപഗ്രഹത്തിന്റെ വിക്ഷേപണത്തിൽ നമുക്ക് പരാശ്രയം വേണ്ടിവന്നിട്ടില്ല.

സന്ദേശ വിനിമയോപഗ്രഹങ്ങളുടെ വിക്ഷേപണത്തിലും സ്വയം പര്യാപ്തത നേടുകയായിരുന്നു നാം GSLV - Mk-II യിലൂടെ സാധിച്ചത്. 2000

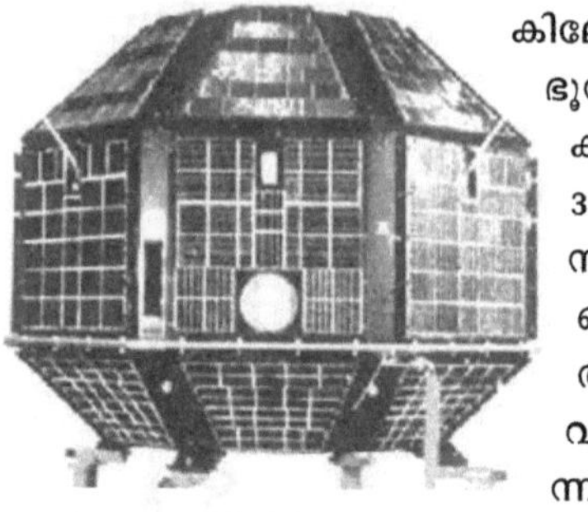
ആര്യഭട്ട

കിലോഗ്രാംവരെ ഭാരമുള്ള ഉപഗ്രഹങ്ങളെ ഭൂസ്ഥിരഭ്രമണപഥത്തിലെത്തിക്കാനുള്ള കഴിവ് ഈ വാഹനത്തിനുണ്ട്. എന്നാൽ 3000 കിലോഗ്രാമിലേറെ ഭാരമുള്ള നമ്മുടെ ചില സന്ദേശവിനിമയോപഗ്രഹങ്ങൾക്കായി യൂറോപ്പിന്റെ വകയായ അരിയാൻ (Ariane) വാഹനം ഇന്നും വാണിജ്യാടിസ്ഥാനത്തിൽ ഉപയോഗിക്കുന്നുണ്ട്. ഈ കുറവു പരിഹരിക്കാനായി GSLV - Mk-II ന്റെ ഒരു കൂറ്റൻ പതിപ്പായ GSLV - Mk-III ഇപ്പോൾ തയ്യാറായി വരികയാണ്. ഇതു താമസിയാതെ പ്രവർത്തനയോഗ്യമാവുന്നതോടെ 4000 കിലോഗ്രാംവരെ ഭാരമുള്ള ഉപഗ്രഹങ്ങളെ ഭൂസ്ഥിര ഭ്രമണപഥത്തിലെത്തിക്കാനുള്ള കഴിവും നേടും. അതോടെ, വിദൂരസംവേദനത്തിനും സന്ദേശവിനിമയത്തിനും ആവശ്യമായ ഉപഗ്രഹങ്ങളുടെ വിക്ഷേപണത്തിൽ നമുക്ക് സ്വയംപര്യാപ്തത കൈവരുന്നതാണ്.

റോക്കറ്റുകളുടെ വികസനം തുടങ്ങിയ കാലത്തുതന്നെ നാം ഉപഗ്രഹനിർമ്മാണത്തിലും ശ്രദ്ധിച്ചു തുടങ്ങിയിരുന്നു. നാം സ്വയംരൂപകല്പനചെയ്തുനിർമ്മിച്ച്, സോവിയറ്റ് യൂണിയനിൽ നിന്നും അവരുടെ തന്നെ വാഹനമുപയോഗിച്ച് 1975-ൽ വിക്ഷേപിച്ച നമ്മുടെ പ്രഥമ ഉപഗ്രഹമായിരുന്നു ആര്യഭട്ട. തുടർന്ന് 1979-ലും 1981-ലും സോവിയറ്റ് യൂണിയന്റെ സഹായത്തോടെ വിക്ഷേപിച്ച ഉപഗ്രഹങ്ങളാണ് ഭാസ്കര-1, ഭാസ്കര-2 എന്നിവ. ഭൂമിയുടെ ചിത്രങ്ങളെടുക്കാനുതകുന്ന ക്യാമറകളായിരുന്നു ഈ ഉപഗ്രഹങ്ങളിലുണ്ടായിരുന്നത്. ഉപഗ്രഹാധിഷ്ഠിത വിദൂരസംവേദനത്തിൽ നമ്മുടെ ആദ്യകാൽവയ്പായിരുന്നു ആ ഉപഗ്രഹങ്ങളിലൂടെ നാം നടത്തിയത്. ഈ മേഖലയിൽ നാമിന്ന് ലോകരാഷ്ട്രങ്ങൾക്കിടയിൽ ഉന്നതസ്ഥാനം നേടിക്കഴിഞ്ഞു. ഭാസ്കര ഉപഗ്രഹങ്ങൾക്കുശേഷം നാം IRS (Indian Remote Sensing Satellite) ഉപഗ്രഹപരമ്പരയുടെ പ്രവർത്തനം ആരംഭിക്കുകയുണ്ടായി. പരമ്പരയിലെ ആദ്യത്തെ മൂന്ന് ഉപഗ്രഹങ്ങളും സോവിയറ്റ് യൂണിയന്റെ വാഹനമുപയോഗിച്ചാണ് വിക്ഷേപിച്ചത്. നാലാമത്തേത് 1994-ൽ നാം വിക്ഷേപിച്ചത് നമ്മുടെ സ്വന്തം PSLV ഉപയോഗിച്ചായിരുന്നു. IRS ഉപഗ്രഹങ്ങളിൽനിന്നു ലഭി

ഭാസ്കര

ക്കുന്ന ചിത്രങ്ങൾ അമേരിക്കയിൽപ്പോലും വിറ്റഴിയുന്നുണ്ടെന്ന വസ്തുത, ചിത്രങ്ങളുടെ ഉന്നതഗുണനിലവാരത്തെയാണ് സാക്ഷ്യപ്പെടുത്തുന്നത്.

ഉപഗ്രഹാധിഷ്ഠിത സന്ദേശവിനിമയത്തിൽ ഭാരതം ശ്രദ്ധവച്ചത് 1970 കളുടെ മധ്യത്തോടെയായിരുന്നു. 1975-76 കാലഘട്ടത്തിൽ ഒരു അമേരിക്കൻ ഉപഗ്രഹത്തിന്റെ സേവനം കടമെടുത്ത് നാം ബൃഹത്തായ ഒരു ബോധനപരീക്ഷണം നടത്തി. ഇതായിരുന്നു SITE (Satellite Instructional TV Experiment). കൃഷി, ആരോഗ്യപരിപാലനം, കുടുംബാസൂത്രണം, സാക്ഷരത എന്നിവയിൽ ഗ്രാമീണർക്ക് അറിവുപകർന്നുകൊടുക്കുന്നതിൽ TV എന്ന മാധ്യമത്തിന് വിലയേറിയ പങ്ക് വഹിക്കാനാകുമെന്ന് ഈ പരീക്ഷണം തെളിയിച്ചു. ആഗോളശ്രദ്ധ പിടിച്ചുപറ്റിയ ഒരു സംരംഭമായിരുന്നു SITE. ഇതിനെത്തുടർന്ന്, വിദൂരസന്ദേശവിനിമയ (telecommunication)മേഖലയിൽ ഒരു യൂറോപ്യൻ (ഫ്രാൻസ്-ജർമ്മനി) ഉപഗ്രഹത്തിന്റെ സഹായത്താൽ രണ്ടുവർഷം നീണ്ടുനിന്ന ഒരു വൻപരീക്ഷണവും നടക്കുകയുണ്ടായി. STEP (Symphonie Telecommunication Experiment Project) എന്നാണ് ഈ പരീക്ഷണം അറിയപ്പെട്ടിരുന്നത്. പരീക്ഷണത്തിനായുപയോഗിച്ചിരുന്ന ഉപഗ്രഹത്തിന്റെ പേരാണ് സിംഫണി. ഉപഗ്രഹം ഉപയോഗിച്ചുള്ള സന്ദേശവിനിമയ സാങ്കേതികവിദ്യയുടെ പ്രധാനപ്പെട്ട അനവധി പാഠങ്ങൾ ആഴത്തിൽ പഠിക്കാൻ ഇപ്പറഞ്ഞ രണ്ട് പരീക്ഷണങ്ങളും നമുക്കു നൽകിയ അവസരം ചെറുതായിക്കാണാൻ കഴിയില്ല.

ഡോ. വിക്രംസാരാഭായ്

താമസിയാതെ INSAT (Indian National Satellite) സംവിധാനം ഉടലെടുത്തു. 1980-കളിൽ ആരംഭിച്ച INSAT ശ്രേണി ഇന്ന് അതിന്റെ നാലാം തലമുറയിലെത്തിനിൽക്കുന്നു. ഒന്നാംതലമുറയിലെ INSAT ഉപഗ്രഹങ്ങളുടെ രൂപകല്പനയും നിർമ്മാണവും അമേരിക്കയിലാണ് നടന്നത്. എന്നാൽ രണ്ടാംതലമുറയോടെ ഈ പ്രവർത്തനങ്ങളും നാംതന്നെ ഏറ്റെടുത്തു നടത്തിവരുന്നു.

ഇന്ന് ബഹിരാകാശ സാങ്കേതികവിദ്യയുടെയും അവയുടെ ബഹുമുഖ ഉപയോഗരീതികളുടെയും മർമ്മമറിഞ്ഞ ചുരുക്കം ചില ലോകരാഷ്ട്രങ്ങളുടെയിടയിൽ ഭാരതത്തിന് തലയുയർത്തി നിൽക്കാനാകുന്നു. നാൽപ്പതിലേറെ വർഷങ്ങൾക്കുമുൻപ് കടംകൊണ്ട റോക്കറ്റ്, കമ്പ്യൂട്ടർ, റഡാർ എന്നിവ ഉപയോഗിച്ച് തുമ്പയിലാരംഭിച്ച ഒരു റോക്കറ്റ് കേന്ദ്രത്തിൽ നിന്ന് നാം എത്രയോ മുന്നോട്ടു പോയിരിക്കുന്നു! പണ്ടെങ്ങോ കണ്ടുമറന്ന

ഒരു സ്വപ്നംപോലെ ചിലപ്പോഴൊക്കെമാത്രം നമ്മുടെ മനസ്സിൽ ആ കഴിഞ്ഞകാലം പൊന്തിവരുന്നു.

ഭാരതത്തിലെ ബഹിരാകാശ പ്രവർത്തനങ്ങൾക്ക് തറക്കല്ലിട്ട ഡോ. വിക്രം സാരാഭായിയുടെ വാക്കുകൾ നാം ഇപ്പോഴും നിത്യേനയെന്നോണം ഓർക്കുന്നു:

> ചെലവേറിയ ബഹിരാകാശസംരംഭങ്ങൾ ഭാരതത്തെപ്പോലെയുള്ള ഒരു വികസ്വരരാജ്യത്തിന് ഏറ്റെടുക്കാൻ കഴിയുമോ എന്നതല്ല നമ്മുടെ മുന്നിലുള്ള പ്രശ്നം; മറിച്ച്, ബഹിരാകാശ സാങ്കേതിക വിദ്യയുടെ സാമൂഹിക ഗുണഫലങ്ങളെ നമുക്ക് അവഗണിക്കാൻ പറ്റുമോ എന്നതാണ് യഥാർത്ഥപ്രശ്നം!

അദ്ദേഹത്തിന്റെ വാക്കുകൾ എത്ര അർത്ഥപൂർണ്ണമായിരുന്നുവെന്ന് നാം ഇപ്പോഴും മനസ്സിലാക്കിവരുന്നതേയുള്ളൂ.

9 789385 045929

Printed by Libri Plureos GmbH in Hamburg,
Germany